இரவிலொரு வானவில்

சு.ஈஸ்வர் திரவியம்

aelay
publish

இரவிலொரு வானவில்

கவிதை
ஆசிரியர் : சு.ஈஸ்வர் திரவியம் 2022 ©
முதல் பதிப்பு : டிசம்பர் 2022
வெளியீடு : ஏலே பதிப்பகம்
5/175, பாத்திமா நகர், கூத்தென்குழி,
திருநெல்வேலி - 627104
தொடர்புக்கு : +91 9944992571

Iraviloru Vanavil

Poetry

First Edition : December 2022
Pages: 158
ISBN : 978-93-5533-378-0
Aelay Publish
Contact : +91 9944992571
Designed by : Aelay publish team

முன்னுரை

பெரும்பாலும் வண்ணங்களையே இரசிக்கும் இவ்வுலகிற்கு இரவுமே அழகின் இலக்கணமாய் இருந்து வருவது ஆச்சரியமே. கருப்பும் கருநீலமும் பூசிக்கொண்டு, வெள்ளியையும் அதன் விதைகளையும் புதைத்துக்கொண்டு, இளந்தென்றலை இவள் துணையாய்க் கொண்டு, கலாபமாய் ஆழ்மனதினை வருடுகிறாள், இரவெனும் இளவரசி. அந்த அழகிய இரவிற்கு அழகூட்டும் (என நினைத்து) விதமாய் எனதெண்ணங்களை வளைத்து வண்ணந்தீட்டி அதில் எழுத்துக்களை நிரப்பி ஒரு வானவில்லாய் வரையும் முயற்சியே இந்த இரவிலொரு வானவில். வரைய விரும்பிடும் குழந்தை வண்ணங்களை வைத்து விளையாடுவது போலவே ஏழூக்கும் மேற்பட்ட வண்ணங்களால் இவ்வானவில் வரையப்பட்டுள்ளது. மேலும் இது இரவு வானையே அலங்கரிக்கும் என தோன்றியதாலும், பலரும் இரவில் வானவில்லை கண்டதில்லை என்பதனாலுமே தங்கள் பார்வைக்கு இந்த "இரவிலொரு வானவில்".

- சு.ஈஸ்வர் திரவியம்

நன்றி

***"காலத்தி னாற்செய்த நன்றி சிறிதெனினும்
ஞாலத்தின் மாணப் பெரிது"***

இதை எங்கிருந்து தொடங்கி எப்படி முடிப்பதென்று உறுதியாகத் தெரியவில்லை. இந்த வழிப்போக்கனின் பாதையில் பயணித்த அனைவருமே என் நன்றிக்கு உரியவர்களே. நான் பட்டியலிட்டு நன்றி கூற விரும்பவில்லை, இரு காரணங்கள். ஒன்று, பெயர் தெரியாமல் உதவியவரை நான் விட்டுவிட விரும்பவில்லை, மற்றொன்று நான் அத்தனை பெயர்களை நினைவில் வைத்துக்கொள்ளவும் முடிவதில்லை. நான் யாரென்றே தெரியாமல் இந்த புத்தகத்தை வாங்கிப் படிக்கும் உங்களுக்கு முதல் நன்றி. அனைவருக்கும் இந்த அண்டசராசரத்திற்கும் நான் பெருமளவு கடன்பட்டிருக்கிறேன். நன்றி.

அட்டைப்படம் வடிவமைத்து தந்த அண்ணே நவநீத கிருஷ்ணனுக்கும், இந்த புத்தகத்தை அச்சடித்து வெளியிட்ட தோழர் கவிஞர் மொழிக்கும்(ஆஸ்ட்ரோ) ஏலே பதிப்பகத்திற்கும் பெறும் நன்றி.

***"அன்பிற்கும் உண்டோ அடைக்குந்தாழ் ஆர்வலர்
புன்கணீர் பூசல் தரும்".***

பேரன்புடன்,
சு.ஈஸ்வர் திரவியம்

சமர்ப்பணம்

என் வாழ்வில் வாழ்ந்த

வாழ்ந்துக் கொண்டிருக்கும்

வரப்போகும்

தேவதைகளுக்கு

அதுவே அழகு

திருப்பங்களுக்கு அப்பால்
இருப்பது தெரியாமல்
இருக்கும் வரை மட்டுமே
சுவாரஸ்யங்கள் உயிர் வாழும்...

•

தொடரும்...

நிஜங்கள் நினைவுகளாகிடும் பொழுது
நினைவுகளை நிஜமாக்க விரும்பிடும்
இந்தப் பாழும் மனதின் ஆசையின் நிழல்கள்
நீண்டு கொண்டே போகிறது...

•

மௌன காவியம்

சருகுகளால் பேச முடிந்திருந்தால்
காற்றைப் பற்றி கட்டுக்கடங்காத
ஒரு காதல் காவியம் படைத்திருக்கும்...

•

எதிர்பாராதது

உங்கள் நாட்குறிப்பின் பக்கங்களில்
இந்த வழிப்போக்கனுக்கு
இடம் இருப்பது சந்தேகம் தான்
நேரம் கிடைத்தால்
அவன் போன பின்பு அவன் நாட்குறிப்பைப்
படித்துப் பாருங்கள் அதில் நீங்களே
நிறைந்திருப்பீர்கள்...

●

நான் கண்ட காதல் கதை

முட்கள் படர்ந்திருப்பதாலும்
வறட்சியில் வளர்ந்ததாலும்
அதிகம் இரசிக்கப்படாத
மலரில்லா கருவேலச் செடிகளுக்கு
முக்காலமும் மலர்களாகின்றன கரிச்சான்
குருவிகள்...

●

நான் கண்ட காதல் கதை

அரிவாள்கள்
தான் விரும்பிடும் ஆடுகளைப் பற்றி
நித்தமொரு காதல் காவியம் படைக்கின்றன
இரத்தங்கொண்டு...

●

சந்திக்கப்பட வேண்டியவர்கள்

என்னை உங்களுக்கு தெரிந்திருக்க
வேண்டுமென்று அவசியமில்லை
அறியாதவர்களுக்கும் அலாதி அன்பளிப்பவர்கள்
நீங்களென்றால் நானும் உங்கள் நண்பனே...

●

நான் கண்ட காதல் கதை

படைப்பாளி மாறலாம்
எண்ணங்கள் மாறலாம்
பேனாக்கள் மாறலாம்
எழுத்துக்களும் கூட மாறலாம்
ஆனால் காகிதங்கள்
எழுத்துக்கள் மீது கொண்ட காதல்
மாறுவதேயில்லை...

●

நெஞ்சுக்கு நிழல்

அனைவருக்கும் அன்போடு
நிழல் தரும் மரங்களின் நினைவுகளில்
இந்த வழிப்போக்கன் நிலைப்பதில்லை
ஆனால் இவன் வாழ்வில் நிழல் தந்த மரங்களோ
நினைவுகளிலிருந்து என்றும் நீங்குவதேயில்லை...

●

நான் கண்ட காதல் கதை

ஓயாமல் அலைந்திடும் மனது
மயானங்களைக் காணும் பொழுது மட்டும்
அந்த பேரமைதியின் மீது பெருங்காதல்
கொள்கிறது...

●

நகராமலொரு பயணம்

இவன் பயணப்பட முடியாத நாட்களில்
பயணங்களையே வீட்டிற்கு அழைத்து வருகிறான்
புத்தகங்களின் வாயிலாக...

●

அமைதிப்புயல்

இறந்த காலத்திற்கு உயிர் கொடுத்து
உலர்ந்த நினைவுகளை நனைக்கிறது
நின்று போன நிலைக் கடிகாரம்...

●

என்றும் அன்புடன்

முகங்களையும் முகவரிகளையும்
எளிதில் மறந்திடும் இந்த மனம்
எதிர்பார்ப்பில்லாமல் தரப்படும் பேராதரவை
ஒரு போதும் மறவாதே...

●

வான'வில்'

எய்திய அம்பு
வானிலே சீராய்ப் பறக்கிறது
பறவைகள் கூட்டம்...

●

மாறாதது

இலை உதிர்ந்தாலும்
காற்றுடனான காதல் உதிர்வதில்லை
சருகுகள்...

●

தேசாந்திரி

போகும் வழியே பாதை
இவைக்கு மலர்களென்றாலே போதை
பட்டாம்பூச்சிகள்...

●

எப்பொழுதுமே

கறை படிந்த கரங்கள்
கழுவப்படுவது
மீண்டும் கறை படிந்திடவே...

●

இயல்பு

“விழுவது கூட அழகென இரசிக்கிறது
இவ்வுலகம்”,
புலம்பியது அந்த அருவி...

●

சிறந்த உறவு

தண்டவாளங்கள்
முட்டிக் கொள்வதும் இல்லை
விட்டுச் செல்வதும் இல்லை
நேராகச் செல்கிறது சீரான காதலோடு...

●

அதுவே சிறந்தது

என்றுமே சிறந்த மனிதனுக்கு
சக மனிதன் வழங்கிடும் மகத்தான
விலைமதிப்பற்ற பரிசு 'நம்பிக்கை'...

●

அரங்கேற்றம்

பேரானந்தம் என்பது யாதெனில்
பல காலம் புதைத்து வைக்கப்பட்ட ஆசை
பேரன்போடு நிறைவேறுவதே ஆகும்...

●

முயற்சி

மட்டற்ற மகிழ்ச்சி தருவது யாதெனில்
உன்னாலே முடியாதென்று கூறுவதை
முடித்துக் காட்டுவதே ஆகும்...

●

மீளாவட்டம்

அடுத்த நிமிடமே நிலையில்லா
இவ்வுலகிலே நிலையான மகிழ்ச்சியைத்
தேடித் தேடியே இவ்வாழ்க்கை முடிகிறது...

●

ஆனந்த ஊற்று

எந்த எதிர்பார்ப்புமின்றி
காண்பதையெல்லாம் காதல் செய்து
பார்போரையும் மகிழ்ச்சியுற செய்து
தாமும் பன்மடங்கு மகிழ்ச்சியுற்று
வாழும் அந்த பேராற்றல் குழந்தைகளிடம்
மட்டுமே உள்ளது...

●

நம்பிக்கை துடுப்புகள்

கடலளவு கஷ்டப்படுத்தினாலும்
கடுகளவு மீதம் இருக்கும் மகிழ்ச்சியைப்
படகாக்கிக் கரை சேர்ந்து கொடி ஏற்றுவேன்
வெற்றி வீரனாக...

●

நாவல்

பல்லாண்டு வாழும் இவ்வாழ்க்கையின்
ஒவ்வொரு நொடியுமே
ஒரு கதை சொல்லும் அத்தியாயமே...

●

பதியம்

இது நடந்து விடாதா என்று எண்ணும் உன்னால்
மட்டுமே
அதை நடத்திக் காட்ட முடியும்
என்று நீ உணரும் வரை
அது ஒரு நிறைவேறா கனவாகவே இருக்கிறது...

●

பதக்கம்

'எட்ட முடியாத உயரம்' என
அதைக் கீழிருந்து அண்ணாந்து பார்பதைக்
காட்டிலும்
அதை ஏற முயற்சித்து மாண்டவனாக இருப்பதே
மேல்...

●

வேர்கள்

எத்தனை இலைகள் உதிர்ந்தாலும்
தன் வாழ்க்கை முடியவில்லை
என்னும் தன்னம்பிக்கையே மரங்களை
வீழாமல் வாழ வைக்கிறது...

●

ஆடி முடிவுக்கு வந்தது

காற்றிலே பறந்திடும் காகிதம்
நிச்சயம் என்றோ ஒரு நாள்
காலடியில் மிதிபட்டு மண்ணில் புதையத்தான்
போகிறது...

●

அடுத்ததென்ன

என்ன தான் மலர்கள்
செடிகளோடு வாழ்ந்திருந்தாலும்
மலர்கள் வாடுகிறதென்று செடிகள்
ஒரு போதும் வருந்துவது கூட இல்லை...

●

அனைவருக்கும் பொருந்தும்

மெழுகுவர்த்திகள்
தன்னையே அழித்து வெளிச்சம்
தருகிறதென இங்கு இருக்கும்
பல பேர் அறிந்திருக்கமாட்டார்கள்...

●

நொடியின் அழகு

வாழ்ந்துவிடு
இந்த நிமிடத்தை
அது தித்திக்கும் நினைவுகளாகும் வரை...

●

உனக்குள் ஒரு தீ

தீக்குச்சி சிறியதாக இருந்தாலும்
அது ஒரு காட்டையே அழிக்கும் ஆற்றல்
வாய்ந்தது...

●

திடம்

குழப்பமின்றி முழுமனதோடு
உன்னால் ஒரு முடிவெடுக்க முடியும் ஆயின்
அது நிறைவேறியதாகவே வைத்துக்
கொள்ளலாம்...

●

திருத்த முடியாதவை

எத்தனை முறை உதிர்க்கப்பட்டாலும்
இலைகள் காற்றின் மீது கொண்ட காதல்
ஒரு போதும் குறைவதில்லை...

●

தேவதைகள்

எந்த எதிர்பார்ப்புமின்றி
சக மனிதனுக்கு ஆற்றப்படும் பேருதவியின்
பெயரே மனிதம்...

●

உப்பில்லா உணவு

நினைக்கும் போது
நினைத்ததெல்லாம் கிடைத்துவிட்டால்
பின்பு நினைவுகளென நினைத்துப் பார்க்க எதுவும்
மிஞ்சாது...

●

பெரும் சக்தி

தட்டான் சிறகுகளைக் கிழிக்க முடியாத
காற்றினாலே
மரக்கிளைகளையே முறிக்க முடிகிறது...

●

போகும் வழியே பாதை

காற்றின் அலைவரிசை அறியா
இலைகள் காற்றிலே
மிதந்து செல்வதும் அழகு தான்...

●

நிதமும்

ஒவ்வொரு முறையும்
பயணப்படும் இடம் ஒன்றாக இருந்தாலும்
கற்கப்படும் பாடங்கள் வெவ்வேறே...

●

உலகின் ஓசை

அடர்ந்து வளர்ந்த காட்டிற்குள்ளே
என்றுமே நிசப்தம் மட்டும்
நிலவுவதே இல்லை...

●

அடிபட்ட அனுபவம்

சுதந்திரமாகச் சுற்றித் திரிந்த பிறகே
அப்பறவை அறிந்தது கூண்டிற்குள்ளேயே
இருந்திருக்கலாம் என்று...

●

என்றோ?

இதழ்களில் சிரிப்புடையவர்கள்
மகிழ்ச்சியானவர்கள் என்றால்
உலகில் துன்பம் என்ற ஒன்றே இருக்காது...

●

கற்பனை நிஜமாகும்

கார்மேகங்கள் சூழா வேளையில்
சில சமயம் கானல் நீர் கூட
கடுந்தாகம் தீர்க்க உதவும்...

●

வார்த்தை விளையாட்டு

எழுதப்படும் வார்த்தைகள் யாவும்
கவிதையாவதில்லை
எழுதப்பட்ட கவிதைகள் யாவும்
உணரப்படுவதில்லை...

●

வானமே அடைப்படும் கூண்டு

‘வானத்தை அடைய வேண்டும்’, என்பது
கனவாகவே இருக்கிறது அன்பெனும் கூண்டில்
அடைப்பட்டிருப்பதினாலே...

●

முரண்

வண்ணங்கள் அழகா?,
வண்ணங்களைக் காட்டும் அவ்விழிகளே
கருப்பு வெள்ளை தானே...

●

ஒவ்வொரு முறையுமே

என்றுமே புகைப்படம் எடுக்கப்படாத
நிகழ்வுகளே சிறந்த நினைவுகளாக
விளங்குகின்றன...

●

என்னைப் போல் ஒருவன்

விடை தேடும் பலருமே
வினா இன்னதென்று அறிந்திருப்பதில்லை...

●

ஊர்வாய்

உயரப் பறக்கும் ஊர் குருவி
பருந்தாக நினைப்பதில்லை,
நாமே அது பருந்தாக நினைப்பதாக
நினைத்துக் கொள்கிறோம்...

●

நொடியில் புதிதாய்

அலைகள் பேரழகு,
நான் விட்டுச் செல்லும் பாதச்சுவடுகளைக்
கண்ணிமைக்கும் நேரத்திலே கரைத்து விடும்...

●

அழியாப் பக்கங்கள்

மரங்கள் இலைகளை உதிர்ப்பதுண்டு
உதிர்ந்த இலைகள் யாவும் மண்ணிலே
மக்கி மரத்தின் வேருக்கு உரமாகிறது...

●

உதிரா இலைகள்

எல்லா மனிதர்களும்
நம் வாழ்வில் தங்குவதில்லை,
ஆனால் தங்க வேண்டுமென முடிவெடுத்தவர்கள்
எப்போதும் நீங்குவதில்லை...

●

யாவருமே

உணர்வுகளையே
உடைமையெனக் கொள்ளும் பல மனிதர்கள்
உணர்வதில்லை மிருகங்களுக்கும் அவ்வுணர்வுகள்
உண்டென...

●

தரையின் உயரம்

பருந்துகள்
எவ்வளவு உயரம் பறந்தாலும்
அது உணவு தேடித் தரைக்கு
வந்து தான் ஆக வேண்டும்...

●

மங்கா வெளிச்சம்

கண் தெரியாதவன்
கண்ணாடியைக் கழட்டியதும்
வானத்தில் மங்கலாய்த் தெரிவது
நிலாவே தவிற அதன் ஒளி அல்ல...

●

ஒரே நியாயம்

சிறகுகளற்ற பட்டாம்பூச்சி
அழகில்லை என்றால்,
வெறும் பட்டாம்பூச்சி சிறகுகளும்
அழகில்லை தான்...

●

அதீத அன்பு

நேராகக் கூட நிற்க முடியாத
பூசணிக் கொடிகள் தான்
பல மடங்கு எடையுள்ள காய்களைத் தாங்குகிறது...

●

ஆறாம் அறிவு

மனிதநேயம் என்பது மனிதர்களிடம்
குறைந்து காணப்படுவதால்
அவை கற்றுக்கொள்ளப் பட வேண்டியவை,
மிருகநேயம் என்றேதும் இல்லையே...

●

உலகமே விழிகளில்

மரக்கிளை ஒன்றில் அமர்ந்திருந்தபடி
சூரியஸ்தமனத்தைப் பார்த்துக் கொண்டிருந்தது
சிறகுகள் நனைந்த அக்காகம்...

●

வேறு எவரும் உண்டோ?

எறிந்த பந்தைப் பிடித்து
திருப்பி எறிவதில் கூட
மகிழ்ச்சி காண்பதென்பது மழலையரால்
மட்டுமே முடிந்த ஒன்று...

●

அக்கரையே பச்சை

ஆசைகள் மலரும் போது
சூழ்நிலைகள் மறைந்து விடும்,
சூழ்நிலைகள் உதிக்கும் போது
அவ்வாசைகள் உதிர்ந்து விடும்...

●

அறியா உண்மைகள்

தொல்லை தரும் ஒருவனின் மரணம்
வருந்தத்தக்கது என்றாலும்
அவனைச் சார்ந்து வாழ்ந்த பல வாழ்க்கைக்கு
அது நிம்மதியையே தரும்...

●

ஆட்டத்தின் முடிவில்

மின் மயானத்திலிருந்து
"முகமூடிகள் வெவ்வேறாக இருந்தாலும்
மிஞ்சும் சாம்பல் என்றுமே ஒன்று தான்"...

●

மருத்துவர் தரா மருந்து

மருந்தென்பது
மாத்திரைகளை மட்டும் குறிப்பதல்ல
சில மனிதர்களையும் குறிப்பதாகும்...

●

இன்றுமே

இல்லையென்றான பின்பும்
இருந்துவிடாதா என இச்சை கொள்கிறது
இந்த இளகிய மனம்...

●

மாயாதிருத்தல்

இருந்துவிட்டு
இறந்து போகின்றனர் பலர்
இறந்துவிட்டும் இருக்கின்றவர் வெகு சிலர்...

●

நெடுந்தூரப்பிரயாணம்

தானழுது தொடங்கி
பிறரழுது முடிவடைகிறது
அந்த முற்றற்ற மோட்சப் பயணம்...

●

லீலைகள்

மா உண்டு
பலா உண்டு
வாழை உண்டு
இந்தப் பாழும் மனதிற்கு என்றுமே
இல்லாத பழத்தின் மீது ஆசையும் உண்டு...

●

கதை சொல்லிகள்

அறுபதைக் கடந்தவர்களின் கதைகளிலே
என்ன அபூர்வம்
அந்த இறந்த காலத்தை இரவல் வாங்கி
இரண்டாவது முறை வாழச்சொல்கிறது
அவர்களோடு...

●

தனி பனைமரம்

தொலைந்து போன
ஒற்றைச் செருப்பு
ஒரு போதும் ஜோடி சேருவதில்லை...

●

எண்ணற்ற முகங்கள்

உடைந்த கண்ணாடிகள் ஒட்டப்பட்டாலும்
அவை ஒரு போதும்
ஒற்றைப் பிம்பம் காட்டுவதில்லை...

●

கார்குழலின் குரல்

மலர்கள் வாடியதில்
வருத்தமிருந்தாலும்
சூடிய கூந்தலுக்குப் பாரம் குறையும்...

●

மெய்க்கு உயிராக

வெள்ளைக் காகிதத்தில்
கரும்புள்ளியாய் இருந்த என்னை
மெய் எழுத்தாக்கி எண்ணற்ற காவியங்கள்
படைத்தாயே நீ...

●

தென்றலிசை

புல்லாங்குழலாய் மரங்களிருக்க
அதன் கிளைகளே துளைகளாய்
இலைகளே விரல்களாய்த்
தென்றலை இசைக்கிறது இனிமையாய்...

●

உச்சம்

மேகங்கள் அடை காப்பதாய் சொன்ன சூரியன்
நடு வானை எட்டி விட்டதாலே
அது மேகங்களையும் மீறி ஒளி வீசியது...

●

தற்கொலையின் விதை

இறந்த காலம் போற்றப்படுவதைப்
பார்த்து விட்டதாலே
அவன் இறக்கத் துணிந்தானே...

●

வருத்தமறியா உயிர்கள்

இலைகள் உதிர்வதற்கு
மரங்கள் கண்ணீர் வடித்தால்
அதற்கு தண்ணீர் தேவையே இருக்காது...

●

நகர்ந்த நிழல்

நடந்த நல்லதை
நினைத்து நெகிழ்ந்திருந்த போதே
நினைவுக்கு வந்தது நிகழ்ந்தவை யாவும்
நித்திரை கனவுகளென...

●

அன்பெனும் மந்திரம்

சிலர் மக்காத குப்பையைக் கூட
மங்காத தங்கமென நினைத்துப்
பத்திரப்படுத்துகிறார்கள்...

●

கவிதைகளாய்

காய்ந்த இலைகள்
கீழே விழ விரும்பாமல்
என் விரல்களை வருடின...

●

நிகழ் கால பிம்பம்

சில நினைவுகளை நினைத்து நெகிழ்கிறோம்
சில நினைவுகளை நினைத்து இகழ்கிறோம்
நிகழ் காலம் நகர்வதைப் பற்றி
நினைக்காமலேயே...

●

பி ரி வு

'பிரிவு' என்னும் வார்த்தையின்
எழுத்துக்களே பாக்கியசாலிகள்
அவை ஒரு போதும் பிரிவதே இல்லை...

●

சிறு துகள்கள்

பெரும் ஆசைகள் நிறைவேறுவதில்லை
என்று அதை நிராகரித்த பின்பே உணர்கிறேன்
அப்பேராசைகள் உணவாகக் கொள்வதே
எனது சிறிய ஆசைகளைத் தாமென்று...

●

கட்டமைப்பில் ஒரு கடல்

சிறுக சிறுக சேர்த்து வைத்த
சிறிய ஆசைகளுக்குச் சிறகளித்து
வானிலேற்றினேன் பெரும்
அதிசயங்கள் நிகழ்த்தும் என்ற நம்பிக்கையிலே...

●

மீண்டும் மீண்டும்

ஒரு முறையே
வாழ்ந்த அந்த நாட்களை
ஒவ்வொரு முறை உரைக்கும் பொழுதும்
நெகிழ வைக்கிறது அந்த அழியா நினைவுகள்...

●

எத்தனை முறை?

எதிர்பார்க்கும் மனதிடம்
எதிர்பார்க்காதே என எடுத்துரைத்தாலும்
அந்த எதிர்பார்ப்பை எதிர்பார்த்தே எறிந்துப்
போகிறது...

●

ஆனந்த ஊற்று

மழைத்துளிகள் மேகக் கூட்டத்தோடு
மகிழ்ச்சியாய் இருந்தாலும்,
அவை மண்ணை அடைந்த பிறகும்
மகிழ்ச்சியாகவே இருக்கின்றனவே...

●

உனக்காக

உதயமாகும் கதிரவனை
உற்று நோக்கினேன்
அவனோ என்னிடம் உரைக்கிறான்
உனக்காகவே ஒளிர்ந்தேன் என்று...

●

சத்தியம்

மடலுதிர்ந்த மலர்களாயினும்
வண்டுகள் ஒருபோதும்
அவற்றை விட்டு விலகுவதில்லை...

●

குணம்

சடலத்தோடு இருந்தாலும்
சிறையினுள்ளே அடைப்பட்டுக் கிடந்தாலும்
மலர்கள் என்றுமே மணம் வீச மறந்ததில்லையே...

●

ஏதோ தன்னால் முடிந்தது

கண்சிமிட்டலிலேயே
காய்ந்த கிளையினைப் பொற்சிலையாக்குகிறது
இந்த மின்மினிக் கூட்டங்கள்...

●

பேரழகின் இலக்கணக்குறிப்பு

விழிகளுக்கு விருந்தாகவும்
மனங்களுக்கு மருந்தாகவும்
இருக்கும் இப்பாரின் பேரழகு
பார்ப்போர் விழியிலேயே...

●

திக்கு திசையெல்லாம்

அதிசயங்கள் நிகழ்த்தும்
இவ்வுலகின் இரசிகனாய் நீயிருந்தால்
வீழும் மழைத்துளி கூட மெல்லிசையாகிறதே...

●

நான் கண்ட காதல் கதை

எழுதுகோல் காகிதத்தின் மீது
கொண்ட காதலினாலே
பொறிக்கப்படும் ஒவ்வொரு வார்த்தையும்
பேரன்பின் பிரதிபலிப்பாக உள்ளது...

●

முதல் சந்திப்பு

வளைந்திருந்த வானவில்லை
வியப்போடு வேடிக்கை பார்க்கிறது
தோகை விரித்த வண்ணமயில்...

●

விரைவில் வீடு குடி போவோம்

மரங்கள் உதிர்க்கும்
காய்ந்த இலைகளே குருவிக் கூடுகளில்
பஞ்சு மெத்தையாகிறதே...

●

முயன்று தோற்று இணைதல்

நாணத்தினால் சிவக்கும்
சூரியனை மறைக்க முயலும்
மேககூட்டங்ளும் சேர்ந்தே சிவக்கிறதே...

●

எந்நேரமும் இருமுகம்

அமைதியின் மறுவுருவமாகவும்
ஆக்ரோஷமே தனது புனைப்பெயரென்றும்
இருமாந்திருக்கிறது இச்சிறிய கடல்...

●

மலைகளைச் சுமக்கும் எறும்புகள்

வானுயர்ந்த மலைகளையும்
கரை தொடும் அலைகளையும்
அழகென இரசிப்பவன் ஏனோ
தனது காலருகே ஊர்ந்து செல்லும் எறும்பு
கூட்டங்களைப் பார்க்க கூட மறக்கிறானே...

●

என்றென்றும் புன்னகை

பறிக்கப்படுவதறிந்து மொட்டுகள்
மலராமலிருப்பதில்லையே
மலர்கள் அறிந்ததெல்லாம்
மகிழ்ந்திருப்பதொன்றே...

●

எங்கோ?

புதையல்கள் என்றுமே புதைந்து இருக்கும்
ஆனால் மண்ணுக்குள் அல்ல...

●

கீழ்நோக்கியொரு பயணம்

உயரப் பறக்கும் இராஜாளிகளும்
சில சமயம் தாழ்வாக பறக்கிறது
உலகின் அதிசயங்களை உற்று நோக்கவே...

●

காதல் – எடுத்துக்காட்டு

காற்றின் கரைபுரண்ட காதலால்
இரும்புங்கூட வெட்கத்தால் சிவந்து
மென்மையாகிறதோ...

●

கதவுகள் இல்லை

கூரையற்ற விண்ணுலக வீட்டுக்கு
விண்மீன்களே மூட முடியா சாளரங்கள்...

●

இருந்துவிட ஆசை

முற்றிலும் இருள்
இருந்தும் தடவித்தடவி
கதவைக் கண்டுபிடித்து விட்டேன்
ஆனால் வெளியேறத்தான் மனமில்லை...

●

மிக எளிதாக

மழைக் கால அதிசயமென
வாய்பிளந்து பார்க்கப்படும் வானவில்லை
சாதரணமாகச் சிறைப்பிடித்து விடுகிறான்
அச்சிறுவன் சோப்பு நீர் குமிழிக்குள்ளே...

●

வாசகர் கையில்

எழுத்துக்கு என்னே வசீகர வடிவம்!
கூறப்பட்ட கதை ஒன்றானாலும்
உணரப்பட்ட நீதிகள் வெவ்வேறு உண்டு...

●

?

தொண்ணூறுகளில் பாம்புகளையும்
இருபதுகளில் ஏணிகளையும்
எதிர்பாரா எண்களையும் பரிசளிப்பது
பரமபதம் மட்டும் தானா?...

●

முகம் பார்க்கும் கதிரவன்

மேகங்களில் மறைந்திருந்த பகலவன்
எட்டிப் பார்த்தபடி
பெய்யும் மழையைக் கண்ணாடியாக்கி
விரிந்த ஏழு வண்ணங்களைத் தனது
பிம்பமென எண்ணிப் பூரிக்கிறதே...

●

நீண்ட காத்திருப்பு

ஒரு மண்புழுவின் கடிதம்,
"உனது குழிக்குள்ளே அடைக்கலமாகிறோம்
பிள்ளைகள் பசியோடு இருக்கிறார்கள்
துயரந்துடைக்க சீக்கிரம் வருக"...

●

மேகங்கள் விற்பனைக்கு

மேகங்களைத் தொட்டுவிட வேண்டுமென்ற
அவன் ஆசையைக்
கையடக்க மேகங்கள் தந்து
உடனுக்குடன் தீர்த்து வைக்கிறார்
பஞ்சுமிட்டாய் காரர்...

●

பேரமைதி

கனத்த மனதுடன்
நீருக்குள் வீசப்படும் கற்கள்
பேரிருளுக்குள்
ஒரு சலனமற்ற நிசப்த உலகான
மோட்சத்தை அடைகிறது...

●

பரிதாபம்

பல நாட்குறிப்புகளில்
கிறுக்கி முடித்தாகிவிட்டது!
காகிதங்களுக்கு மட்டும் கால்கள் இருந்திருந்தால்
நிச்சயம் கதறிக் கொண்டு உன்னிடம்
சரணடைந்திருக்கும்...

●

வெளிச்சம் தரும் இருள்

மிக மெல்லிய
அடர்த்தியற்ற நிழலுள்ள
சுடர்கள் தான் இரவில்
சுமப்பவரின் பிரம்மாண்ட நிழலை
உருவாக்குகிறது...

●

நம்பிக்கை தேசம்

நாதியற்று நம்பிக்கையிழந்து
கிடக்கும் பொழுது
அந்த கலங்கரை விளக்கம் கண் சிமிட்டுகிறது
"நான் இருக்கேன்" என்று...

●

தப்பித்தவை

மனிதர்கள் மாறுகிறார்கள்
மனதுமே மாறுகிறது
மனதுக்குப் பிடித்தவையுங்கூட
மாற்றத்தின் சுழலில் மாட்டிக்கொள்கின்றன
ஆனால் எழுதப்பட்ட எழுத்துக்கள் மட்டும்
மாற்றத்தின் சுழலிலிருந்து அப்பால் நின்று
மாற்றத்தைத் சுழலவிட்டு வேடிக்கை
பார்க்கின்றன...

●

முடிவல்ல...தொடக்கம்

சபிக்கப்பட்ட இடமல்ல அவை
பேரன்பு புதைக்கப்பட்டுப் பதப்படுத்தப்பட்ட
புனிதமான இடமே சுடுகாடுகள்...

●

உன் காவியம்

நீ விமர்சிக்கப் படுகிறாய்
என வருந்தாதே நினைவில் கொள்
வரலாற்றில் உள்ளவர்களே விமர்சிக்கப்
படுகிறார்கள்...

●

குற்றம் குற்றமே

இறந்த நாய் தானேயென நினைத்து
அதன் மீது வண்டியை ஏற்றுகிறாய்
இப்பொழுது உன் கரங்களிலும் இரத்தக்கரை
படிந்துவிட்டது...

●

தடுக்க முடியாதவை

நீ சொல்ல வேண்டுமென்று நினைத்தவை
சொல்லப்படாமல் போகலாம்
நீ சொல்லக்கூடாதென்று இருந்தவற்றை
நீயே கூட சொல்லிவிடலாம்
ஆனால் தெரியப்பட வேண்டியவை
நிச்சயம் வெளிச்சத்திற்கு வந்தே தீரும்...

●

ஓர் உலகமே உருவாகும் கதை

மழையை இரசிக்காதவர் உண்டோ
மழலையை விரும்பாதவர் உண்டோ
அவன் மழலை மழைச் சாரலால்
என்னைத் தாக்க
அந்த வானவில்லை வில்லாக்கி
மின்னல்களை அம்பாக்குகிறன்
அவன் புன்னகையை நிரந்தரமாக்கிவிட....

●

இருக்கவா? இழக்கவா?

இத்தனை ஆண்டுகள் இருந்தபோது
இழக்க விரும்பிய மனமின்று
இழந்தவுடன் இருக்கச் சொல்லி
இருக்கையமைக்கிறது இழந்தவற்றிற்கு...

●

கால இயந்திரம்

பழுப்பேறிய காகிதத்தில்
அழிந்த எழுத்துக்களைப்
படிக்க நேரிடுகையில்
கடந்த காலத்தைக் கடன் வாங்கி
அதற்கு உணர்வுகளை வட்டியாக கட்ட
வைப்பது காலங்காட்டும் கடிகாரங்களான
கடிதங்களே...

●

ஒரு முடிவில்லாப் பட்டியல்

நீங்கள் கனவில் கூட நடக்காதென்று
நினைத்திருப்பதை நினைவாக்கி
நிகழக்கூடிய மிகச் சிறிய ஆசைகளையும்
கனவாக்க வல்லதை என்னவென்று கூற?
பட்டியலிட்டால் பக்கங்கள் பத்தாதே...

●

இந்நொடியின் இன்பம்

எதெல்லாம் திரும்பக் கிடைக்குமென்று
எனக்கு தெரியாது ஆனால்
உன்னையே தள்ளுமளவுக்கு காற்றடிக்கும்
ஒரு மாலை வேளை நிச்சயம் திரும்பாது...

●

அறியாக் கலை

காற்றின் அசைவுகளை
மொழிபெயர்க்கத் தெரிந்திருந்தால் தான்
மூங்கில்கள் அனைத்துமே என்றோ
புல்லாங்குழல் ஆகியிருக்குமே...

●

அழகை அறிய

வேடிக்கை பார்ப்பதை வீண் வேலையென்று
நினைப்போருக்கு,
"நீங்கள் அழகென்பதன் அர்த்தத்தை
நிச்சயம் அறிந்திருக்க வாய்ப்பேயில்லை..."

●

மாயாஜாலம்

எனதெண்ணங்களுக்கு வண்ணந்தீட்டி
அதை அழகிய எழுத்தாக்குகிறான்
அவன் அந்த மந்திரமறிந்த மாயவன்...

●

நினைக்க வேண்டியதில்லை

அவன் கால் சுவடுகளை
விட்டுச்செல்ல விரும்பவில்லை
ஆதலால் கடற்கரையையே காதலிக்கிறான்...

●

வாய் பிளக்கும் அதிசயம்

வேப்பமரக் கிளைகளே கரங்களாகி
விமானத்தைத் தள்ளுவதை ஆவலுடன்
பார்ப்பதோடல்லாமல் ஊரையே அழைக்கிறான்
அச்சிறுவன் அந்த அதிசயத்தைப் பார்க்க...

●

இடைப்பட்டு இருக்க

இருக்கா இல்லையா என்று வினவியவன்
இரண்டுக்கும் இடையிலே இடர்படுகிறான்
இருக்கா இல்லையா என்ற ஆர்வத்திலில்லை
ஏதோ ஒரு விடையை விரைவில் அறிந்துவிடும்
தத்தளிப்பில்...

●

சாலைகளின் சரித்திரம்

அவர் சாலைகளில் நடப்பவரல்ல
காடுகளுக்குள் கைபிடித்துக் கூட்டிப்போகி
ஒற்றையடிப் பாதைகளை உருவாக்குபவர்...

●

நீயும் தேடப்படலாம்

நீ விட்டுச் செல்லும் பாதச் சுவடுகளை
யாரோ பின் தொடர்கிறார்
உன்னை அறியாமலேயே
உன்னை வந்தடையலாம் என்ற நம்பிக்கையிலே...

●

தொழில்நுட்பத்தின் உச்சக்கட்டம்

என் கண்கள் காணுவதைக்
கேமராக்கள் காட்சிப்படுத்த முடியாததால்
பேனாவால் காட்சிப்படுத்துகிறேன்
எழுத்துக்களாக...

●

பல்லாயிரம் உணர்வுகள்

ஒரே மேடையில்
ஒரே நேரத்தில்
பல்வேறு கதைகள்
அரங்கேறுகிறது
நடைமேடையிலே...

●

பாரபட்சமின்றி

பதாகைகளிடம் அன்பிற்குப் பஞ்சமேயில்லை
அனைவரையுமே அன்புடன் வரவேற்கிறது...

●

தித்தித்த முடிவுகள்

கால்கள் கடந்த காலத்தைத் தேடி அலைகிறது
மனமோ அக்காலத்தைச் சிறை பிடிக்க
விளைகிறது...

●

இருளில் ஒரு சூரியன்

விடியலுங்கூட இருளாகிறது
பிரிவின் சாயல் படர்ந்திருப்பதனால்...

●

எண்ணிலடங்காதவை

உன் மனதெங்கும் மகிழ்ச்சி மட்டுமே
மலர்ந்திடவே
ஓர் உயிரிங்கு உதயமாகிறதே...

●

இனி இரவே இல்லை

பயணங்கள் முடிவதில்லை
வழிப்போக்கன் களைப்பதில்லை
மரங்கள் நிழல் தர மறுப்பதில்லை
உலகம் தனதழகை மறைப்பதில்லை
கதிரவனுக்கு முன்பே படரும் வெளிச்சமாக
மனதின் மூலையில் உதயமாகிறது ஒரு விடியல்...

●

பாவப்பட்ட பட்டாம்பூச்சிகள்

படபடக்கும் பட்டாம்பூச்சிகள்
உலகின் விழிகளிலே
அழகின் இலக்கணமாய்
விளங்கி வருவதை
அவை அறிந்ததேயில்லை...

●

நினைவில் கொள்ள

“நீயென்ன கவிஞரா? கதாசிரியரா?”
“கடந்து வந்த பாதையின்
மலர்களின் மணம் மறந்திடாமல் இருக்க
கிறுக்கிடும் நான்
எப்படி கவிஞராகவோ கதாசிரியராகவோ
இருந்துவிட முடியும்...”

●

உன் மிச்சங்களாக நான்

உன்னைப் பற்றி எழுத
பக்கங்கள் போதவில்லை
ஆதலால் என் பெயரோடு உன்னையும்
இணைத்துக் கொள்கிறேன்...

●

வரம் பெற்றாலும் வாராதது

நீயில்லை என்ற போதிலும்
உன்னோடு நடந்த சாலைகளிலே
கால்கள் தானாகப் பயணிக்கின்றன
இறந்த காலத்திற்கே...

●

நீ

ஆழ்கடலின் அமைதியும் நீ,
அலைபாயும் கடற்கரையும் நீ,
தெளிந்த நீல வானமும் நீ,
கரு மேகங்களின் கானமும் நீ,
விடியலைத் தருவித்த அருளும் நீ,
எனது நிழலையே வதைத்த இருளும் நீ,
மலர்களித்த வசந்த காலமும் நீ,
அதையழித்த மாயாஜாலமும் நீ,
பசியாகவும் நீ,
பெரும் விருந்தாகவும் நீ,
பாம்பாகவும் நீ,
பறக்கும் பருந்தாகவும் நீ,
காயமாகவும் நீ,
அதையாற்றும் மாயமாகவும் நீ,
இங்கும் நீ, அங்கும் நீ, எங்கும் நீ,
மனமே,
என்னுள் எங்கிருக்கிறாய் நீ,
எனக்குள் நீயா? அல்ல உனக்குள்
அடைப்பட்டவனாய் நானா...

●

குட்டிப் பொக்கிஷம்

உங்களைப்
படித்திருக்கிறேன் பல முறை,
உங்களை
எழுத முற்படுவதே இதுவே முதல் முறை,
உங்களைப்
புரட்டிய போதெல்லாம் உள்மனமும் புரண்டதே,
உலராத காயங்களுக்கு மருந்தாகவும்,
உலர்ந்த நினைவுகளுக்கு விருந்தாகவும்
விளங்கினாயே,
நீ
அனுபவக்கதவுகளைத் தட்டாமலே திறக்க
வைத்தாய்,
உணராத உணர்வுகளை மிகச்சுலபமாய்ப் பிறக்க
வைத்தாய்,
என்னை என்னுடனேயே சில சமயம் உரைக்க
வைத்தாய்,
எனது பிம்பங்களையுங்கூட என்னை முறைக்க
வைத்தாய்,
இருந்தும் இருதயம் முழுவதும் வண்ணங்களால்
நிறப்பி வைத்தாய்,
உங்களைப் பிரிந்திருந்தேனே பல வருடம்,
இனி நிதமும் விரல்களே உங்களை வருடும்,
மனதோடு உறவாடிடும் குட்டிப் பொக்கிஷமே,
இந்த வழிப்போக்கன் வாழ்விலே நடமாடும்
நிழல் தரும் மரமாகவே நீங்கள்...

●

மலரும் நினைவுகள்

புன்னகைக்கு வண்ணந்தீட்டி,
மணங்களை ஒன்றுகூட்டி,
மொட்டுக்கள் இதழ் விரிக்க,
குட்டி அதிசயங்களாய்ப் பிறக்கிறதே,
அதில்,
ஒற்றை ரோஜாவைப் பார்க்கையிலே அவள்
திருமுகத்தின் ஞாபகம்,
மல்லிகையைப் பார்க்கையிலே அவள் நீள்கூந்தலின்
ஞாபகம்,
செண்டுகளைப் பார்க்கையிலே சப்பரங்களின் ஞாபகம்,
மஞ்சள் அரளியைப் பார்க்கையிலே அதன் சொட்டுத்
தேன் ஞாபகம்,
மகிழம்பூவைப் பார்க்கையிலே மலராத
மொட்டுக்களின் ஞாபகம்,
தாமரையைப் பார்க்கையிலே குளக்கரைகளின்
ஞாபகம்,
கதம்பத்தைப் பார்க்கையிலே மாலைகளின் ஞாபகம்,
உதிரிப்பூக்களைப் பார்க்கையிலே பஞ்சணை
மஞ்சத்தின் ஞாபகம்,
ரோஜா மாலையைப் பார்க்கையிலே பிணங்களின்
ஞாபகம்,
என பற்பல நினைவுகளைச் சுமந்திடும் மலர்கள்
என்றும் கனத்ததேயில்லை,
மணத்தோடு மலர்ந்திடும் இவர்களுக்கு,
என் மனதையும் சிறைப்படுத்த தெரிந்திருக்கிறதே...

●

அழகென்பது யாதெனில்

பறவைகள் பரபரப்பாய் படபடத்துக் கொண்டிருந்த ஒரு மாலை வேளையது. சூரியன் தனது மஞ்சள் கரங்களை மடக்க முற்பட்டு ஆரஞ்சு வண்ண கரங்களை நீட்ட முயற்சிக்கும் நேரமென்றும் கூறலாம். இலைகள் லேசாக தலையசைக்க உதவும் மெல்லிய மௌன காற்றின் அலை வரிசைகளை முகத்திலே தவழ விட்டபடி அவன் நடந்து கொண்டிருக்கிறான். இந்தச் செம்மண் சாலையில் இல்லை, இல்லை அது சாலையல்ல. 'இரயில் நிலையம்'. அதன் நடைபாதை. அது மிக சிறிய இரயில் நிறுத்தம் என கூறலாம். சிலவை நிற்கும். பலவை நிற்காது. அந்த இடமோ தண்டவாளங்கள் இருந்த படியாலும், மஞ்சள் வண்ண ஊர் பெயர் பலகை இருந்ததாலும், அதை இரயில் நிறுத்தம் என நம்ப முடிந்தது. ஏனெனில் ஒரு பகுதியில் வயதானவர்கள் நடைபயிற்சி செல்ல, வேறொரு பகுதியில் சிறு சிறு கூட்டமாகி நான்கு பேர் கூறிய கதைகளை நாற்பது பேருக்கு விளக்கி கொண்டிருந்தார்கள். வேறொரு இடத்தில் சிறுவர்கள் மட்டைப் பந்து ஆடிக்கொண்டிருந்தார்கள். அவ்விடம் பார்ப்பதற்கு நீளமான நடைபாதை மைதானம் போல் இருந்தது. இவையொன்றும் அவனுக்குப் புதிதல்ல. நித்தம் பார்த்து சலித்த காட்சி. ஆதலால் துருபிடித்த விளக்குத் தூணை தூசி தட்டி அதில் அமர்ந்தான். அவனுக்கு இரயில்கள் என்றால் தீரா ஆசை. எத்தனை முறை பயணித்தாலும், அவை மட்டும் ஏன் சலித்துப் போவதில்லை? என பலமுறை எண்ணி விடையற்று நின்றிருந்த போதிலும் அவை சலித்ததேயில்லை. நேரமெனும் குழந்தையை அவன் கடத்த முயற்சித்த

போதெல்லாம் அவன் தேர்ச்சி பெற்றதில்லை. ஆனால் அக்குழந்தையை ஏமாற்றி வேடிக்கை காட்டிய போதெல்லாம் அது சிணுங்கியதேயில்லை. அப்படி ஏமாற்றப்பட்ட தருணங்களே இரயில் பயணங்கள்.ஊரையே எழுப்பும்படி சத்தம் செய்து வந்து நின்றது 'மைசூர் எக்ஸ்பிரஸ்'. மணியாச்சி வரை சென்றுவிட்டு திரும்பி விடலாம் என்ற முடிவோடு அவன் காதலியின் கரங்களுக்குள் அடைக்கலமானான். முன்பதிவு செய்யப்படாத பெட்டியின் ஜன்னல் ஓர தனி இருக்கையில் அமர்ந்து ஜன்னல் கதவுகளைத் திறந்தான். வாழ்வின் இலட்சியத்தை அடைந்த பெருமிதத்துடன் வந்தது ஒரு பெருமூச்சு. இரயில் கிளம்பும் நேரத்தில் கறுப்புக் கண்ணாடி அணிந்தபடி கையில் கம்புடன் வழக்கத்துக்கு மாறாக சிறிதும் தடுமாறாமல் கம்பை இரு பக்கமும் தட்டித் தட்டிப் பார்த்துத் திடமாக நடந்து வந்து அவனது இருக்கையின் அருகில் வந்ததும் மெல்ல கம்பை நகர்த்தினார். அது அவன் காலில் தட்டுப்பட்டது. அவர் உடனே, "சார் உங்களுக்கு எதிரே உள்ள சீட் நம்பர் 48 தானே?" என்றதும் அவன் ஆச்சரியம் பன்மடங்கு அதிகரித்தது. அவன் ஆமோதித்து தலையாட்ட, அவர் மேலும், "அது 48-தான் எனக்கு தெரியும் சார் இருந்தாலும், கன்பர்மேஷனுக்குத்தான் கேட்டேன்" என்று கூறி அதில் சிறிதும் கஷ்டமின்றி அமர்ந்தார். ஆச்சரியங்களும், அதிசயங்களும் அழகென எண்ணும் பல பேரில் அவனும் ஒருவனே. கண் தெரியாத ஒருவர் இருக்கை எண்ணை சரியாகச் சொன்னது அவனை ஆச்சரியத்தில் ஆழ்த்தியிருந்தாலும், இவர் நடிக்கிறாரோ? என்ற சந்தேகம் லேசாக எட்டிப் பார்த்தது. அவர் நடுத்தர வயதுள்ளவர் மிக எளிமையாகவே காட்சியளித்தார். அவரை அவன் மனதிலே எடை போட்ட நேரத்தில் அவர் "சார் வந்ததிலிருந்து ஒன்றும் பேசலயே? எங்கே போறீங்க?" என்றார். அவரின் குரல் அவனை

இவ்வுலகத்திற்கு இழுத்து வந்தது. "நான் சும்மா அப்படியே மணியாச்சி வரைக்கும் போறேன்" என்றான்.

"சும்மா போறீங்களா? புரியலையே?"

"ஆமா வீட்ல நேரம் போகல அதான் மணியாச்சி போய் அங்கிருந்து திரும்பி ஊருக்கு வர்ற வண்டியிலே வீட்டுக்கு வந்துருவேன". அவர் கண்ணாடியைக் கழற்றி சட்டையில் மாட்டிக் கொண்டு புன்னகைத்தார். அவர் விழிகளிலும் மகிழ்ச்சியின் வேர்கள் படர்ந்திருந்தன.

"சூப்பர் சார், என்ன பண்றீங்க?"

"காலேஜ் படிக்கேன் சார்"

இப்பொழுது அந்த வேர்கள் செடியாக தளிர்த்து வளர்ந்தன போலும். சட்டென்று சார் தம்பியானது.

"ரொம்ப சந்தோஷம் தம்பி. நான் மகிழ்வதனன் நீங்க?" என்று கேட்க அவனும் பெயரைக் கூறி அறிமுகப்படுத்திக் கொண்டான். இவர்களின் உரையாடலை உன்னிப்பாக கவனித்த இரயிலுக்கு இப்பொழுதுதான் தனது வேலை ஞாபகம் வந்தது போல அவசர அவசரமாகக் கிளம்பியது. இருவருக்கிடையில் உள்ள மௌனத்தை முதலில் கிழித்தது காற்று, பின் வார்த்தைகள்.

"தம்பி உலக அதிசயங்கள் பற்றி படிச்சிருக்கியா?"

"இல்லை சார். இங்கேயே இன்னும் முழுசா சுத்திப் பார்க்கலை. அதுக்குள்ள எங்க வெளியே போக"

அவர் விழிகளில் மகிழ்ச்சி செடி மரமானது. அவர் திடீரென்று, "தம்பி இன்றைக்குப் பிறை சந்திரன் தெரியும்

ஜன்னல் வழியாக எட்டிப் பாரு அந்த சர்ச் மேல உள்ள சிலுவையோட ஓரத்திலே நிலா தெரியும் பார்க்க சிலுவைக்கு ரிப்பன் கட்டின மாதிரி இருக்கும்" என்றார். அந்த அந்திவேளையில் சூரியன் மறைந்திருக்க வானத்தின் சாயம் வெளுத்திருக்க அவர் கூறிய காட்சி அவன் கண்ணுக்குப் புலப்பட்டது. ஆச்சரியத்தில் மூழ்கி வாயடைத்துப் போனான். அக்காட்சி கடந்து போனதும், "சார் அங்க இருக்கிறது உங்களுக்கு எப்படி தெரியும்" அவர் சிரித்தபடி, "சொல்றேன்" என்றார். ஆனால் எதுவும் கூறவில்லை. ஆச்சர்யம் மனதில் பதிய மீண்டும் எதுவும் கேட்கவில்லை. சிறிது நேரம் இரயில் தனது பயணத்தைத் தொடர்ந்தபோது அவர் மீண்டும், "தம்பி அங்க தூரத்தில வயல்ல நெற் பயிர்கள் அலை அலையாய் ஆடுவதைப் பாரு" என்றார். அங்கே பார்க்க அவர் சொன்ன அதே காட்சிகள். மீண்டும் அவரிடம் அதே கேள்வி கேட்க அவரிடமிருந்து அதே பதில். போகிற வழியெங்கும் காணும் காட்சிகளை விவரித்தார். இரண்டு ஆலமரங்களும் அதன் கிளைகள் தூண் போல் இருப்பதும், அதிலே பற்பல வண்ணப் பறவைகள் அமர்ந்திருப்பதும், இரயில் பாலத்தின் மேலே சென்ற போது ஆற்றிலே நின்று உரையாடிடும் கொக்கு கூட்டங்களைப் பார்க்க வெண் பஞ்சு மேகங்கள் போல் உள்ளதாகக் கூறினார். மழை சாரலினால் ஜன்னல் கம்பிகளில் வடியும் நீர் திவலைகளில் வானவில்லின் வர்ணங்களைச் சுட்டிக் காட்டினார். தூரத்திலே அகவும் மயிலின் குரலைக்கூட மொழி பெயர்க்க முயன்றார். வலது பக்கமுள்ள சிறுவர் சீர்திருத்த பள்ளிக் குழந்தைகள் முகத்தில் தவழும் புன்னகையை அடிக்கோடிட்டார். பிறகொரு உலர்ந்த இலைகளற்ற மரத்தைக் காட்டி அதை உலகின் நரம்புகளென்றார். இத்தனை முறை இரயிலில் வந்திருந்தாலும் இதையெல்லாம் கவனிக்க தவறியது அவனது கண்களா? அல்லது அவனது மனமா? அவரின்

இதழ்களில் உலகம் வெகு அழகாக காட்சியளித்தது. "தம்பி மணியாச்சி வரப்போகுது?" என்றார். "சார் உங்களுக்கு இதெல்லாம் எப்படி தெரியும்?" என கேட்கவும், மணியாச்சி இரயில் நிலையம் வரவும் சரியாக இருந்தது. அவர் பதிலேதும் கூறாமல் பழையபடி புன்னகைத்தார். மீண்டும் இருமுறை அதே கேள்வியைக் கேட்டும் அவர் அதே புன்னகையையே பதிலாக அளித்தார். அவன் இரயில் கிளம்பியதைக் கவனித்து அவசர அவசரமாக மெதுவாக கிளம்பிய இரயிலிருந்து இறங்கலானான். அவன் இறங்கியதும் அவர், "தம்பி" என உரக்க கூவினார். அவன் நடைமேடை ஜன்னல் அருகே ஓடி அவர் அருகே சென்று, "என்ன சார்?" எனக் கேட்கவும், "எனக்கு ரெண்டு வருஷமாத்தான் கண்ணு தெரியாது, நீ இப்ப திரும்பி ஊருக்கு போகப் போற வண்டியோட கார்டு நான்" என்று கூறிக் கொண்டிருக்கும்போதே இரயில் வேகம் பிடித்தது. "நன்றி சார்" என்று கத்தினான். வண்டியின் கடைசி பெட்டியில் போடப்பட்ட சிவப்பு எக்ஸ் கூட மங்கிய ஒளியில் தகதகத்தது. புவனம் ஒளியிலும், இருளிலும் அழகாய்த்தான் இருக்கிறது. அவர் இதழ்களில் தெரிந்த உலகம் அவன் விழிகளில் விரியக் கண்டான்.

●●●

மறைத்து மறந்தது

உன்னிடம் நினைத்ததெல்லாம் சொல்லிவிடுவேன்
இருந்தும் சொன்னதையே சொன்னால் சலித்து
விடும்
என்பதனால் உன்னை நித்தம் மனம் தேடுவதைச்
சொல்லாமலேயே செல்கிறேன்...

●

காவியங்களின் உபயம்

எனது பேனா மைத்துளிகளில்
உனது நினைவுகள் நிறைந்திருப்பதனால்
நான் படைக்கும் யாவுமே காவியமாகிறது...
உன்னைப் பற்றிய உயிருள்ள காவியம்...

●

படைக்கப்பட்டவையாவும்

கதையோ, கவிதையோ,
கிறுக்கலோ, காவியமோ,
என்னால் படைக்கப்பட்டதென்றால்
அதன் கருவாக நீயே இருப்பாய்...

●

இது தான் இறுதியோ?

மஞ்சள் நிற ஆடை அணிந்தவர்களைச்
சற்றே உற்றுப் பார்க்கிறேன்
நீ தானோ என்ற சந்தேகத்தில்...
கடைசியாய் உன்னைப் பார்த்தது
அந்தி வேளையில்
வண்ண மீன்கள் பொறித்த மஞ்சள் ஆடையில்...

●

அகக்குரல்

எழுத்துக்களைக் கோர்வையாகக் கிறுக்கிடும்
திறமையை இழந்து விட்டேனோ
என்றெண்ணும் போதெல்லாம்
அவள் 'இல்லவே இல்லை' யென
உரக்கக் கூறுகிறாள் என் நினைவுகளிலிருந்து...

●

கலைமகள்

அவள் கவிதைகள் படைப்பதில்லை
கவிஞர்களைப் படைக்கிறாள்
அவர்களின் கவிதைகளில் கருவாகிறாள்...

●

ஒரு சொல்

சில சமயம்
ஆறுதல்களும் அனுதாபங்களும்
தேவைப்படுவதில்லை
அவள் கூறிடும் அந்த ஒற்றை வார்த்தையே
மனதினைச் சலவை செய்கிறது...

●

சில சமயம்

மிகச் சாதாரணமாக
நீ கூறிடும் வார்த்தைகளின் ஆழத்தை
நான் கூறத் தொடங்கினால்
நிச்சயம் நீ ஆச்சரியத்தில் அதிர்ந்து போவாய்...

●

கார்முகிலாய்

உன் வாழ்வில் நான் சந்திரனா சூரியனா
என்பதை நான் அறியேன்
ஆனால் என் வாழ்வில் நீயென்றுமே
மகிழ்ச்சி தரும் மழைக் காலமாய் இருக்கிறாய்
என்பதை மட்டும் நன்றறிவேன்...

●

மரியானாக

இருபது நிமிட பேருந்து பயணம்
வானொலி விளம்பரங்கள் போக
அந்த இரண்டரை நிமிட பாடலின்
அவ்விரு வரிகளின் போது
அவளிரு விழிகள் என்னை நோக்கியிருந்தால்
இருநூறு ஆண்டுகள் வாழ்ந்திருப்பேன்...

●

என் பக்க நியாயம்

உன்னை நான் நன்றி கூறவே விடுவதில்லை
அளவில்லா அன்பிற்குக் கடன்பட்டு
அதற்கான கைமாறே செய்யத் தெரியாமல்
திணறுவதால் தான்
உன்னை நான் நன்றி கூறவே விடுவதில்லை...

●

வெளிவரா ஆச்சரியங்கள்

உன்னைப் பற்றி எழுதிடுவதையே
பேராச்சரியமாய்க் கருதுகிறாய் நான்
எழுதுவதன் காரணமும் நீ
என் எழுத்துக்களின் கருவும் நீயென
அறிந்தால் என்ன செய்வாயோ...

●

கரையும் மணித்துளிகள்

எனக்குப் பிடித்த அந்தப் பா லை
நான் கேட்ட போதெல்லாம்
பேருந்தின் முன் இருக்கையில்
நீ தலையசைத்துப் பாடிக்கொண்டிருந்த
அந்த நான்கரை நிமிட சொர்க்கம்
நீண்டிருக்கலாமென்றே மனம் ஏங்குகிறது...

●

ஏக்கம்

மழை நின்ற பின்பும்
மரம் தரும் தூரல்
தரையை நனைக்கிறது
நீயில்லை என்ற பின்பும்
இருந்துவிட மாட்டாயாயென மனம்
நினைக்கிறது...

●

ஒரு துளி வெளிச்சம்

உன் வானிலே
நான் வெண்ணிலவாய் வானவில்லாய்
இருப்பது சந்தேகமே
ஆனால் நிச்சயம்
உன் காரிருள் காட்டினுள்ளே ஒரு மின்மினியாய்
இருப்பேன்...

●

கார்குழலின் வசந்தம்

மலர்கள் உதிர்கின்றன
அந்த முடிசூடா மகாராணிக்கு முடியலங்காரம்
செய்ய...

●

ஆசைப்பிணி

கிருமிகளாக உனது விழிகள்
விளங்குவதனாலேயே
குணப்படுத்த முடியாத நோயாகக் காதல்
விளங்குகிறது...

●

கவிதை என்றும் கூறலாம்

விழியாலே காதல் கொண்டவன் நானடி
மௌன மொழியாலே நோக்கினாய் நீயடி
உனக்கு மழைத்துளியாலே தூதனுப்புவேன்
பாரடி...

●

இருநொடி தரிசனம்

அந்த முயல்குட்டி மேகங்களின்
மகளாய் இருப்பதனாலே
ஒரு இமைப் பொழுதிலே அவள் மின்னி
மறைகிறாள்...

●

மனவெளியில்

தெளிந்த வானிலே
திட்டுத்திட்டாய் திரியும் வெண்மேகங்களாகத்
திகழ்கிறாள் அவளும் அவள் நினைவுகளும்...

●

ஆயுதம்

அவள் விருப்பமில்லாமல் வளர்க்கிறாள்
நகங்களைத்
தற்காப்பிற்காக...

●

அவளறியா அற்புதங்கள்

அவள் கிறுக்கல்கள்
எனக் கூறும் ஓவியங்கள் அனைத்தும்
ஒப்பற்ற காவியங்கள் என்றவள்
அறிந்ததேயில்லை...

●

வாடிக்கை

அவள் ஆசைகளைக் கற்பனை கதைகளாய்க்
கூறுவது வழக்கம்
அதை அரங்கேற்ற முற்பட்டு தோற்பதே இவன்
பழக்கம்...

●

அவனறியா மொழிகள்

விழியசைவுகளை 'விழி வழி மொழிகிறாள்'
என வர்ணித்த அவன் அறியவில்லை
அவன் வர்ணித்ததையே அவள் மெய்யாக்க
முற்படுகிறாளென...

●

அன்பிற்கினியாள்

அவன் புன்னகையே வெற்றியென கொள்வதனால்
அவள் வேண்டுமென்றே தோற்கிறாள்...

●

மீண்டும் பிரிவா?

உன்னை வேண்டாமென்றே ஒதுங்கிப் போகிறேன்
ஆனால் உன்னைக் காணும் போது
நீ அந்த நேரத்தையே வெட்டி வீழ்த்துகிறாய்
மீண்டும் நான் ஒதுங்கிடக் கூடாதென...

●

கலைஞனாகும் வாய்ப்பு

அவளை நினைக்கும் நேரங்களில்
பெரும்பாலும் கையில் பேனா இருந்ததில்லை
இருந்திருந்தால் பெருங்காவியமே
படைத்திருப்பேன்...

●

சிறந்தது

நித்தம் உன் பெயரை
நாட்குறிப்பில் எழுதுவதைத் தவிர்க்க
உன் பெயரை எல்லா பக்கங்களிலும்
பொறித்த நாட்குறிப்பை உற்பத்தி செய்திட
உத்தேசம்...

●

உயிரற்றதெல்லாம் உயிராக

நீயில்லாத வெற்றிடத்தை
நீ தந்த பரிசுகள் நிரப்ப முயன்று தோற்கின்றன...

●

மூட்டு சந்து

பேசத் தொடங்கி இரு வாரங்களே ஆகியிருந்ததால்
என்னை முத்தமிட்டு காதல் சொல்கிறாள்
அவள் காதலை மறுத்துவிடக் கூடாதென...

●

இளந்தென்றல்

உன்னோடு சென்ற சாலைகளில் நடக்கையிலே
வீசும் காற்றென்னைக் கட்டியணைக்கிறது
ஆறுதலாகவும்
உனது ஆசீர்வாதமாகவும்...

●

மாயக்காரி

மிகக் குறைவாகப் பேசி
மனம் நிறைவாக உணர வைக்கும் கலையை
மெனக்கிடாமலேயே செய்து முடிக்கும்
அவளொரு கலைமகளே...

●

தகர்ந்த தடை

படித்தும் கேட்டும் மட்டுமே இருந்ததனால்
பேரழகை ஒரு பிம்பமென்றே நினைத்திருந்தேன்
அந்நினைப்பையே நிர்மூலமாக்கினாள்
நொடிப்பொழுதினிலே...

●

அவளறியாதவை

தன்னைப் பற்றி
எதாவது எழுதக் கூறும்
அவள் அறிந்திருக்கவில்லை எழுதிய படைப்புகள்
யாவுமே
தன்னை வைத்தே எழுதப்பட்டதென்று...

●

ஸ்வர வரிசையில்

எப்பாடல் ஒலிப்பினும்
என் நினைவில் நிழலாடுவது
உனது பிம்பமே...

●

ஜீவநதி

நாம் நடந்த நடைபாதையில் நடக்கையிலே
தனிமையின் தழலணைந்து இனிமையாகிறது
நினைவலைகளின் நீரூற்றாய் நீயிருப்பதனால்...

●

பெருமுயற்சி

சில சமயங்களில்
அவள் வெட்கத்தை மறைக்க சிரிக்கிறாள்,
இன்னும் அழகாகி
அது வர்ணிக்கப்பட்டு
அவள் இன்னும் வெட்கப்படுவதைத் தவிர்க்க...

●

பாட்டுக்கொரு தாலாட்டு

நான் பாடும் பாடல்களைத்
தாலாட்டெனஎண்ணி உறங்கிடும் அவளின்
மூச்சுக் காற்றே எனக்கு தாலாட்டாகிறது...

●

எத்தனை முறையானாலும்

பல முறை கேட்ட கதை
முடிவுகள் தெரிந்த கதை
இருந்தும் முதல் முறை போலவே கேட்டு
இரசிக்கிறேன்
நீ கூறுவதனாலே...

●

இனி இடைவெளியேது?

எனக்கும் பேனாவுக்குமான இடைவெளியை
நீ நிரப்புவதனாலே
அழிக்க முடியா அழகிய எழுத்துக்கள்
உருவாகிறதே...

●

காதல் ராகங்கள்

“**கா**லம் அது தீர்ந்தால் கூட காதல் அது வாழும் என்பேன்” என்ற கபிலனின் வரிகளுக்கு ஏற்ப பல யுகங்களாய் இவ்வுலகிலே உயிரற்றிருந்து பல உயிர்களுக்கு உயிர்நாடியாய் விளங்குகிறது இக்காதல். அதை வார்த்தைகளால் வர்ணிக்க முடியாது என கூறுவதைக் காட்டிலும் எனக்கு அது தெரியாது என்று கூறுவதே உசிதமாகும், ஏனெனில் ’96’ படத்தில் கூறப்பட்டது ” தேடவேண்டாம்...காதல் ஒரு நாள் உங்களையும் வந்தடையும்”, என்பதற்கேற்ப நானும் தேடாமல் பல வருடங்களாகக் காத்திருக்கிறேன். எனக்கு தெரியாது சரி, காதலிக்கும் ஒருவரிடம் கேட்டால் அவரிடம் இருந்து வெளிப்படும் அநேகமான பதில் “அதெல்லாம் உனக்கு சொன்னா புரியாது அது ஒரு , ஃபீல்” என்பார்கள். அப்படி அதுல என்ன தான் இருக்கும் என்று தேடினால் கிடைக்காது, ஏனெனில் நான் முன்னமே குறிப்பிட்டது தான் ” தேடவேண்டாம்...”, தேடினாலும் கிடைக்காது, அதை உணரவும் முடியாது அப்படி என்னயா விந்தையது என என்னைப் போல எண்ணும் பலருக்கு விடையாய் விளங்குகிறது இசையும் அதன் வரிகளும்.

மாற்றம் ஒன்று தான் மாறாதது. ஏற்கத்தக்கது. அப்போ காதலும் மாறிருக்கா என்ற உங்கள் கேள்விக்குப் பதில் ‘இல்லை’ காதல் மாறுவதில்லை. ஆனால் அதன் அனுபவங்களும், முறையும் மாறியிருக்கலாம், ஆனால் காதல் மாறாது. விதிவிலக்கில்லாது விதியில்லாதது போல காதலும் ஒரு விதி விலக்காய் விளங்குகிறது.

‘செந்தமிழ் தேன்மொழியாள்’ முதல் ‘வெய்யோன் சில்லி’ வரை மொழிகளும் வரிகளும் மாறியிருக்கிறதே தவிர எக்காலத்திலும் அப்பாடலின் கருவாய் காதலே இருந்துள்ளது.

கண்ணதாசன், வாலி, வைரமுத்து, நா.முத்துகுமார், விவேக் என பல பேரின் சொற் களஞ்சியங்களைச் சுற்றிப்பார்போமாயின் பல பொற்குவியல்களைக் கண்டெடுக்கலாம்.

“கண்களில் நீலம் விளைத்தவளோ
அதைக் கடலினில் கொண்டு கரைத்தவளோ
பெண்ணுக்குப் பெண்ணே பேராசை கொள்ளும்
பேரழகெல்லாம் படைத்தவளோ”

இவ்வரிகளைக் கேட்ட உடனேயே அவளைக் காண வேண்டுமென்ற ஆர்வம் தலைக்கேறுகிறது. அவளைக் காதல் செய்பவன்,

“மேகவண்ணம் போல மின்னும் ஆடையினாலே
மலை மேனியெல்லாம் மூடுதம்மா நாணத்தினாலே
பக்கமாக வந்த பின்னும் வெட்கம் ஆகுமா
இங்கே பார்வையோடு பார்வை சேர தூது வேண்டுமா
மாலை அல்லவா நல்ல நேரம் அல்லவா
இன்னும் வானம் பார்த்த பூமி போல வாழலாகுமா”
என்றிடவே, அவளும் காதல் செய்தாளாயின்,
“வருகின்ற தை மாதம் சொந்தம்
அணிகின்ற மணிமாலை பந்தம்
இரவோடும் பகலோடும் இன்பம்”

இல்லையேல்,

"ஆசை வந்து என்னை ஆட்டி வைத்த பாவம்
மற்றவரை நான் ஏன் குத்தம் சொல்ல வேணும்
கொட்டும் மழை காலம் உப்பு விக்க போனேன்
காற்றடிக்கும் நேரம் மாவு விக்க போனேன்
தப்பு கணக்கைப் போட்டு தவித்தேன்
தங்கமே ஞான தங்கமே
பட்ட பிறகே புத்தி தெளிந்தேன்
தங்கமே ஞான தங்கமே
நலம் புரிந்தாய் எனக்கு நன்றி உரைப்பேன் உனக்கு
நான் தான்"

என்றாகிறது.

இப்படியிருக்க **'என் இனிய பொன் நிலாவே'** வில் இருந்த காதலோ **'அந்த அரபிக்கக் கடலோரம்'** செல்கிறது.

மாறாத காதல் மீண்டும் தொடர்கிறது முதலிலிருந்து.

"எந்த பூவிலிருந்து வந்ததிந்த தேனோ
என்று எண்ணி வியக்கும் இதழ் அழகு
அந்தியிலே வானம் சிவந்ததைப் போலே
கன்னம் எங்கும் தோன்றும் வெட்கம் அழகு"

மீண்டும் அது ஒரு தலை காதலாய்,

"வாய்மொழியும் எந்தன் தாய்மொழியும்
இன்று வசப்படவில்லையடி
வயிற்றுக்கும் தொண்டைக்கும் உருவமில்லாதொரு
உருண்டையும் உருளுதடி
காத்திருந்தால் எதிர் பார்த்திருந்தால் ஒரு
நிமிஷமும் வருஷமடி
கண்களெல்லாம் எனைப் பார்ப்பதுபோல்

ஒரு கலக்கமும் தோன்றுதடி
இது சொர்க்கமா
நரகமா
சொல்லடி உள்ளபடிநான் வாழ்வதும்
விடைகொண்டு போவதும்

உந்தன் வார்த்தையில் உள்ளதடி”

அவள் அருகிலிருந்தும் ***‘என் காதல் சொல்ல நேரமில்லை’*** என்றிருந்து விட்டு அவள் சென்றதுமே ***‘கல்லறையில் கூட ஜன்னல் ஒன்று வைத்து உந்தன் முகம் பார்ப்பேனடி’*** என்கிறான்.

“உலகத்தில் எத்தனை பெண் உள்ளது
மனம் ஒருத்தியை மட்டும் கொண்டாடுது
ஒரு முறை வாழ்ந்திட திண்டாடுது
இது உயிர்வரை பாய்ந்துப் பந்தாடுது
பனி துளி வந்து மோதியதால்
இந்த முள்ளும் இங்கே துண்டானது
பூமியில் உள்ள பொய்களெல்லாம்
ஆட புடவை கட்டிப் பெண்ணானது”

என்றிருந்தவனுக்கு ***‘இதழின் ஒரு ஓரம் சிரித்தால்’*** என்றதுமே ***‘சட்டயில் பாக்கெட்டு தச்சதே உன்னைய பதுக்கத்தானடி’*** என்றானான்.

இப்படி காதலை எல்லா நிலைகளிலும் விளக்கிய பின்பும் அது விளங்காமல் விளங்காத விந்தையாகக் காதல் உள்ளது எனக் கூறுவோருக்குச் சமர்ப்பணம்.

●●●

இருவர்

உலகமே விரும்பிடும்
இவரிருவர் இணைந்திருந்தால்
இதயங்களில் மழையடிக்கும்
நினைவுகளில் அலையடிக்கும்
காலமுங்கூட கண்கொட்டாமல் காத்திருக்கும்
இவர்களைக் காண
இரவும் இசையும்...

●

தனி பெருந்துணை

எந்நேரமாயினும் நெடுஞ்சாலைகளில்
தனிமையை நெருங்கவிடாமல்
கட்டியணைத்துக் கொள்கிறது
இரவு நேர சூரியனான மஞ்சள் நிற விளக்குகள்...

●

அழியாச்சுடர்

இருள் சூழ்ந்த இதயத்தில்
ஒளியேற்றும் மொழியற்ற ஒரே வழி
இசை மட்டுமே...

●

துக்கம்

நிலவை மறைக்கும் மேகமறியாது
தாம் விலகுவது தான் நிலவிற்கு நிம்மதி என்று...

●

மனமொழிகள்

மனதிற்குப் புரிந்திடும் மொழிகள் இரண்டே
இசையும் அன்பும்...

●

அனுபவமுண்டோ?

இசை அழகு கேட்கையிலே,
பேரழகு,
அதை இரசிக்கும் ஒருவர் அருகிலிருந்துக்
கேட்கையிலே...

●

இரவு உருவான கதை

எழுதாத பேனாவில்
வெள்ளை மை நிரப்பி
கறுப்புத் தாளில் தெளித்தது போலவே
விளங்குகிறது
இரவு வானம்...

●

பசி

சிதறிய மை துளிகளாய் விளங்கும்
விண்மீன்களை விழுங்கித்தான்
அந்த மூன்றாம் பிறை
முழுநிலவானதோ...

●

நம்பிக்கை

இரவில் வெளிச்சம் தந்த வெண்ணிலவு
பகலிலும் தானே வெளிச்சம் தருவதாக
நினைத்துக் கொண்டு நிலைக்கிறது அந்த நீல
வானிலே...

●

சொற்பம்

எண்ணங்களோ வெண்ணிலவாக இருக்க
வார்த்தைகள் வெறும் விண்மீன்களாவே
இருக்கிறது...

●

விண்மீன்களின் கொண்டாட்டம்

அமாவாசை அன்று மட்டும் வானிலே
ஆயிரம் நிலா...

●

இதயங்களின் கதை

இசையை உருக்கி
இதமாக்கி
இளைப்பாறி
இறுக வைத்து
இயற்றப்பட்டது தான்
இவ்விதயமோ...

●

காணாப் பேரழகு

போதையின் ஒரு வகையாய்
இரவின் புன்னகையாய்
மிளிர்கிறதே
மூன்றாம் பிறை...

●

கோணம்

வெண்ணிலவையே உற்று நோக்கும் விழிகள்
என்றுமே அறிவதில்லை வெற்று வானின்
பேரழகை...

●

வீழாவிருட்சம்

இசையெனும் விதை
மனமெனும் மண்ணிலே விதைக்கப்படுமானால்
இவ்வுயிருக்கு அழிவென்பதே இல்லை...

●

அந்தாதி

முதலோ முடிவோ
எத்தனையாவது முறையானாலும்
இவ்வுலகில் என்றும் உச்சக்கட்ட
போதையளிப்பது
இசையும் புத்தகங்களுமே...

●

வியூகம்

இரவினை ஆட்சி செய்யும் இராஜகுமாரி
சிப்பாய்களைக் கொண்டு காண்போர் மனங்கவர
வியூகங்கள் அமைக்கிறாள் இருந்தும்
இறுதியில் அவளே பேரழகியாகத் திகழ்கிறாள்...

●

இரகசியம்

இரவிலே நிலவோடு உரையாடும் பனித்துளிகள்
காலையில் கதிரவனைக் கண்டு நாணங்கொண்டு
ஒளிந்துக்கொள்கின்றனவே...

●

மனதிற்குச் சிறு ஒளி

இருண்ட வெளியிலே
ஒளி தேடும் விழியிலே
விடியலை விதைப்பதற்கு விண்மீன்களென்று
பெயர்...

●

அங்கீகரிக்கப்படா ஆசிரியர்கள்

பேசத்தெரியாத என்னைக்கூட
கண்சிமிட்டியே கதாசிரியராக்குகிறது
பேசமுடியாத அவ்வானத்து விண்மீன்கள்...

●

நெடுநாளாய்

விண்மீன்களை
விதைகளென நினைத்து
அவன் கையில் காகிதத்துடன் காத்திருக்கிறான்
அது தளிர்க்கும் நேரத்தைக் கவிதைகளாய்
வரைந்துவிட...

●

பன்முக தோற்றம்

“இரவைச்
சொர்க்கமென்பதா? நரகமென்பதா?
நினைவின் நகரமென்பதா?
அழகின் சிகரமென்பதா?
மனதின் துயரமென்பதா?
உலகின் மகுடமென்பதா?”
என்று குழம்பியவனைப் புன்னைகைத்து
வேடிக்கை பார்க்கிறது
வினாவளித்த விடையான அவ்விரவு...

●

இப்படியும் இருக்கலாம்

அதிக சுமையுள்ள
வெள்ளை மூட்டை வெண்ணிலவைத்
தூக்கிச் செல்லும் சிறுவன்
அதன் துகள்களைச் சிந்திச் செல்கிறான்
நட்சத்திரங்களாக...

●

இதமான இசை

இரவில் இசை கேட்டு இதங்கொள்பவருக்கு
இடையிலே
இரவின் இசை கேட்டு இளைப்பாறுகிறான்
இரவின் இளையமகன்...

●

அவளுள்ள இடமெல்லாம்

அவளே பாக்கியசாலி
முழுமதியென வானில் அவள் மின்னிடும்
பொழுது
கறைகளுங்கூட அழகென பேசப்படுகிறது
அவளே பாக்கியசாலி...

●

இன்று

நீல வானமோ தங்கமாய்த் தகதகக்க,
பஞ்சுமிட்டாய்களாய் மேகங்களோ அணிவகுக்க,
இளந்தென்றலின் இசைக்கேற்ப இலைகளும்
தலையசைக்க,
தேசாந்திரிப் பறவைகள் கிளைகளில் படந்திருக்க,
வேஷந்தரித்து வெண்ணிலவு ஆட்டம்போட
காத்திருக்க,
அதன் விதைகளாய் விண்மீன்கள் வீற்றிருக்க,
இரவெனும் இளவரசி இதமாய் இருள் பூச,
அவன் மிளகை விட பெரிதாய்
கடுகு நிற கேட்பொறி மாட்டிக்கொண்டு,
கைபேசியிலே *Cresent moon* என்று தேடுகிறான்,
நிமிர்ந்து பார்க்காமலேயே...

●

தெரு வீதிகளில் ஓர் இரவு

"அந்த தெரு மிக நீளமானதுமல்ல சிறியதுமல்ல. ஓரளவுக்கு நீளமுள்ள சற்றே அகலமான சாலையுள்ள தெரு. இங்கு சுமார் பதினைந்து மின் கம்பங்களுண்டு ஆனால் அதில் இரண்டோ மூன்றோ மிகப் பிரகாசமாக எறியும். சரியாக எட்டாவது மின் கம்பத்திற்கு எதிரே உள்ள நான்கு வீடுள்ள வளவில் முதல் வீடே என் வீடு.

இந்த மங்கிய தெருவிளக்கு வெளிச்சத்தில் செந்தில், தேவராஜன், பாலா அமர்ந்து கதைக்கிறார்கள். பக்கத்து வீட்டுப் பரிமளம் தன் ஒரு வயது குழந்தைக்குச் சோறூட்டுகிறாள். அதற்கு மாடுகளும், நாய்களும், வெண்ணிலவும் எடுபுடிகளாய் உதவுகின்றனர். எதிர் வீட்டுக் கிழவர் வீசும் இளந்தென்றலைச் சுவாசித்துக் கொண்டு வேடிக்கை பார்க்கிறார்.

சிறுவர்கள் ஆங்காங்கே இருளின் கரங்களில் கரை சேர்கின்றனர், தங்கள் கண்ணாமூச்சி ஆட்டத்தில் மாட்டிக் கொள்ளக் கூடாதென. வேடிக்கை பார்ப்பதையே தொழிலாகக் கொண்ட நான், மொட்டை மாடியிலிருந்து இவையனைத்தையும் வேடிக்கை பார்க்கிறேன். எவ்வுணர்ச்சிகளுக்குள்ளும் சிக்காமல், மிக மகிழ்ச்சியாய் உலகின் மிக இரம்மியமான அழகைச் சாவகாசமாக அருகிலிருந்தபடியே வேடிக்கை பார்க்க இப்படியொரு வாய்ப்பமையும் என்று நான் நினைத்துங்கூட பார்த்ததில்லை. சிறிது தூரத்தில் தண்டவாளங்களின் தனிமையைத் தின்றுவிடும் படி இரயிலின் சக்கரங்கள் அவற்றைக் கட்டியணைக்கின்றன, சில சமயம் உரையாடவும் செய்கின்றன. அந்த அந்தரங்க

உரையாடலைக் கேட்டுவிட்டுபடாத படி பார்த்துக் கொள்கிறது இரயில் இஞ்சின்கள். அவையே நான் வைக்காத அலாரமாக சரியாக ஏழரை மணிக்கு சத்தமிடுகின்றன. இந்த காற்று திருட்டுத்தனமாக திருடிக்கொண்டுச் செல்லும் நெய்யின் மணம் என் நாசிகளிடம் சிக்கிக் கொண்டன. உங்களுக்கும் நெய்யின் மணம் வீசுகிறதா?, அது வேறொன்றுமில்லை கஸ்தூரி, என் மனைவி நெய் தோசை ஊற்றுகிறாள் போல. நான் சாப்பிட முடியாது, இருந்தாலும் பரவாயில்லை இந்த மணம் போதாதா?. நாம் இப்பொழுது கீழே செல்வோம், வெளியே அந்த தெரு வீதிகளில் காலங்கடத்துவோம்.

பார்த்தீர்களா நான் தான் கூறினேனே நெய் தோசையென்று, அதோ அங்கமர்ந்து ஏதோ எழுதிக் கொண்டிருக்கிறானே அவன் தான் என் மகன் கிருஷ்ணமூர்த்தி. வீட்டிற்குள் அடைந்தே கிடப்பது அவ்வளவு எளிதல்ல. நாம் வெளியே செல்வோம் வாருங்கள். அந்த மூவரும் (செந்தில், தேவராஜன், பாலா) என்ன பேசுகிறார்கள் என்று கேட்போம். நான் அவர்கள் கண்ணுக்குத் தெரியப்போவதில்லை. அதனால் அவர்களருகில் அமர்ந்தே பேசுவதைக் கேட்கலாம். அடடே என்ன என்னைப் பற்றி பேசுகிறார்கள்.

"பாவம் ஆதித்தியன், நல்ல மனுஷன் ஐம்பது வயசெல்லாம் சாகுற வயசா?"

"அவரு நல்ல மனுஷன் தான், ஆனா உடம்ப கவனிச்சிருந்திருக்கனும்"

"என்ன கவனிச்சு என்ன ஆகப்போவுது விதி என்ன எழுதிருக்கோ அதான் நடக்கும்", என்று மூவரும் அவரவர் பங்கிற்குப் பேசினர். எழுத்தாளர் ஜெயகாந்தன்

கூறுகிறார் 'சமூகம் என்பது நான்கு பேர்' அந்த நான்கு பேரில் மூவர் இவர்கள் தான்.

ஒரு வேளை அந்த நாலாவது ஆள் நானாகவும் இருந்திருக்கலாம். இறந்து போனவர்களைப் பேசிப் புகழ்வது வெகு சுலபம். அதைத்தானே அனைவரும் செய்கிறோம் என்னையுட்பட. இங்கே பாருங்கள் செந்தில் உள்ளே செல்கிறான், சாப்பிடப் போகிறான் போல, இவர்கள் இப்பொழுது ஏன் குரலைத் தாழ்த்தி பேசுகிறார்கள்?. ஓ!அவர்கள் செந்திலைப் பற்றி குறை கூறி பேசுகிறார்கள்.

இதோ செந்தில் வந்துவிட்டான், பாலாக்கு ஏதோ தொலைபேசி அழைப்பு வந்துவிட்டது போல இப்பொழுது அவன் போகிறான். ஹா...ஹா...ஹா... இப்பொழுது பாலா பேசுபொருளாகிவிட்டான். நான் தான் கூறினேனே, இறந்தவர்களைப் புகழ்வதே வெகு சுலபமானது. போதும் இவர்கள் கதை, இதையே கேட்டுக் கொண்டிருந்தால் நமக்கு தான் பைத்தியம் பிடிக்கும். அங்கு பாருங்கள் பரிமளத்தின் மகன் உணவுண்ண அடம் பிடிக்கிறான். அவனைச் சாப்பிட வைப்போம் என் நண்பர்கள் எனக்கு உதவுவார்கள். அவன் அருகிலுள்ள நாய்களே என் நண்பர்கள், ஏனெனில் அவை கண்களுக்கு மட்டுமே நான் தெரிகிறேன். மேலும் இத்தனை வயதிற்கு மேல் என்னை ஓடிப்பிடித்து விளையாட வைத்ததும் அவைதான்.

நான் அவனருகில் சென்றால் இவை என்னைக் கண்டு குரைக்கும், அதைக் கண்டு அவன் பயந்து சாப்பிட்டு விடுவான். இதோ நான் அவனுக்கு மிக அருகில் கூடச் செல்லவில்லை இவை குரைக்கத் தொடங்கிவிட்டனவே. அவனும் சாப்பிட்டுவிட்டான்.

வாருங்கள் ஓடுவோம், அவைகளுமே உண்டு, உறங்கி காலங்கழிக்கின்றன, என்னோடு சிறிது நேரம் விளையாடட்டும். இவ்விரண்டு நாய்களிடமுள்ள ஒரே பிரச்சனை இவை என்னைத் துரத்துவதோடல்லாமல் குறைத்துக் கொண்டே துரத்தும். அது பலருக்கு இடைஞ்சலாக இருக்கும். நானும் பல முறை கூறிப்பார்த்துவிட்டேன் அமைதியாய் துரத்துங்களென. பாவம் அது அவர்களின் அனிச்சச் செயல், அவற்றால் அப்படிச் செய்ய முடியவில்லை. இதனால் சில சமயம் அந்த நாய்கள் மீது கல் வீசுகிறார்கள். அதோ நடக்கிறதா, அந்த கிழவர் அமைதியாகத்தானே இருந்தார், ஏன் இப்படி கல் எறிகிறார். அவையிரண்டும் அவர்களின் பாஷையில் பேசிக்கொண்டே என்னை துரத்துகிறது. என்ன சிறிது சத்தமாகப் பேசுகிறது, இதிலென்ன தவறு. இவைகளை அடிப்பதே பெருந்தவறு. நீங்கள் பேசுவது போல் உங்களுக்குள்ள பேச்சு சுதந்திரம் போல் அவைகளுக்குமுண்டு.

ஆனால் அவை பேசுவது உங்களுக்குப் புரியாததால் உங்களுக்குக் கோபம் வருகிறது, அதுவே வன்மமாகிறது. இதற்காகத்தான் நான் பெரும்பாலும் நாய்களோடு விளையாடுவதேயில்லை. என்னாலே அவையிரண்டும் அடிபட்டுக் கிடக்கும். இன்று நல்ல வேளை அந்த கற்கள் அவை மீது படவில்லை. அந்த கல்வீச்சில் பயந்து எங்கோ போய்விட்டன.

நானோ கிட்டத்தட்ட தெரு முக்கு வரை ஓடி வந்துவிட்டேன். இங்கே ஒரு சிறிய சந்துண்டு அங்குள்ள தெருவிளக்கு பெரும்பாலும் எரியாது. வானத்தைப் பாருங்கள் கருநீலம் பூசிக்கொண்டுள்ளது. விண்மீன்களுக்கு விண்ணுலக வாழ்க்கை சலித்து விட்டது போல பூமியில் குதிக்க இடம் தேடுகிறது.

இதென்ன இந்த நிசப்தத்தில் ஏதோ விநோத ஒலி கேட்கிறதே. இங்கு முற்றிலும் இருள் சூழ்ந்திருக்கும் படியால் அதிகம் ஆள் நடமாட்டம் கிடையாது. நானுமே கூட அதிகம் இங்கே வர மாட்டேன், பயமுண்டு. இன்று விளையாட்டுவாக்கில் ஓடி வந்துவிட்டேன். அந்த ஒலி இன்னும் நீடிக்கிறதே. எதாவது பேயாக இருக்குமோ?, அடச்சீ நானே பேய் தானே. இருந்தாலென்ன பேய்களுக்குப் பயம் இருக்கக் கூடாதென்று சட்டம் உண்டா என்ன?. மீதமுள்ள சிறிது தைரியத்தை வைத்துப் போகிறேன் வாருங்கள் என்னவென்று பார்ப்போம்.

சத்தம் ஒரே சீராகயில்லை வேறு வேறு டியூன்கள் ஆனால் ஒரே கருவி போலிருக்கிறது. அருகில் செல்ல செல்ல சத்தம் அதிகமாகிறது, பயமுங்கூட, ஆனால் அந்த என்னவென்று அறிந்து கொள்ளும் ஆர்வத்தில் செல்கிறேன். அந்த சந்திலிருந்தே சத்தம் வருகின்றது. மெதுவாய் எட்டிப் பார்ப்போம், எதாவது பேயைத் தின்னும் பேயாக இருந்தால் என் கதி என்னாவது, இந்த உல்லாச வாழ்க்கை என்னாவது?. தலையை மெல்ல நீட்டிப் பார்த்தேன்... அய்யயோ! அது ஏதோ தலையற்ற உருவம் போலிருக்கிறது, நாம் ஓடுவது உசிதம். இருந்தும் இன்னொரு முறை பார்த்துவிட்டுப் போவோம்.

மெல்ல மெல்ல...நாம் மாட்டிக்கொள்ளக் கூடாது, என்ன கொம்பு போலுள்ளது. அடச்சீ கழுத நீயா?. ஆடு அங்குள்ள சுவரொட்டியைச் சாப்பிடுகிறது. அதன் கழுத்திலுள்ள மணியே அந்த ஓசையின் பிறப்பிடம். நான் முதலில் பார்க்கும் பொழுது தனது இரண்டு முன்னங்கால்களையும் சுவரின் மீது வைத்துவிட்டு தலையைக் கீழே கவிழ்த்தியிருந்துள்ளது. ஒரு நிமிடத்தில் பயத்தின் சாயலை உடலெங்கும் பரவவிட்டதே. என்ன சுவரொட்டியைத்

தின்னுகிறதென்று தெரியவில்லை. நான் தூரத்திலிருந்த படியால் அது ஏதோ திரைப்படத்தின் சுவரொட்டி என்றே நினைத்தேன். புதுப்படமென்றால் எந்த தியேட்டர் என்று பார்த்துவிட்டுப் போய் பார்க்கலாமே நமக்கு தான் டிக்கெட் கிடையாதே என்று நினைத்தபடியே அதைப் பார்க்கும் ஆர்வத்துடன் அருகில் சென்றேன்.

அது மங்கிய நிலவொளியில் 'கண்ணீர் அஞ்சலி' என்று வாசித்தது. அதை வாசித்தவுடனே யாரென்று கூடப் பார்க்காமல் அவர்களுக்கு எனது ஆழ்ந்த அனுதாபங்களைத் தெரிவித்ததோடல்லாமல் ஒரு வேளை இனிமேல் அவரும் எனக்கு பேச்சுத் துணையாக இருக்கக் கூடுமென்று யோசித்தவாறே அது யாரென்று பார்க்கலானேன். அதிலே என் புகைப்படம் கீழே க.ஆதித்தியன், தோற்றம், பிறகு ஆழ்ந்த இரங்கல் இருந்தது, மறைவு ஆட்டின் வாய்க்குள் இருந்தது.

ஆடுகள் இறந்தவரைக்கூட உயிர்பிக்கின்றன மறைவுத் தேதியைத் தின்பதன் மூலம். ஆனால் அது என் புகைப்படத்தைச் சாப்பிட்டிருக்கலாம், அது எப்போவோ எடுத்த ஒரு பழைய புகைப்படம். அதிலே நான் அவ்வளவொன்றும் அழகாயில்லையே. இவர்கள் கண்ணீர் அஞ்சலி அடித்ததே எனக்குத் தெரியாது. தெரிந்திருந்தால் நானே வேறு நல்ல புகைப்படம் போடச் சொல்லியிருப்பேன். சரி அதற்கு இப்போது ஒன்றும் செய்ய முடியாதே போனால் போகட்டும். "நீ அடுத்து அந்த புகைப்படத்தைத் தின்றுவிடு" என்று அந்த ஆட்டிடம் கூறிவிட்டு நடக்கலானேன் அதற்கு கேட்காதென்று தெரிந்துமே.

மீண்டும் வீட்டருகே வந்துவிட்டேன். தெரு ஓரளவுக்கு அமைதியாய் இருந்தது. வெளியே யாரும் அமர்ந்திருக்கவில்லை. சிறுவர்கள் இன்னும் விளையாடிக் கொண்டிருந்தார்கள். கண்ணைப் பொத்திய சிறுவன், ஓரக்கண்ணால் இருவர் மறைந்து கொள்ளும் இடத்தைப் பார்க்கிறான், எவரும் அவனைக் கவனிக்கவில்லையென்று. எதிர் வீட்டிலிருந்து மூன்று வீடுகள் தள்ளியுள்ள வீட்டிலிருந்து வெளிவரும் வாலிபன், இருள் சூழ்ந்த ஓரிடத்திற்குப் போய் சிகரெட் பற்ற வைக்கிறான், எவரும் அவனை கவனிக்கவில்லையென்று நினைத்துக் கொண்டு.

எல்லோரும் கவனிக்கும் பொழுது பலரும் நல்லவரென்னும் முகமூடியணிந்து திரிகின்றனர், ஆனால் எவரும் கவனிக்காத பொழுதிலே அனைத்துமே அரங்கேறுகிறது. சில சமயங்களில் சிலர் கவனித்தும் கவனிக்காதது போல போகிறார்கள் அது தங்களுக்குத் தேவையற்றதென, உடலில் உயிருள்ள பேய்கள். இப்பொழுது வேறொரு குழந்தை மறைந்துள்ளவர்களைத் தேடுகிறான், அவன் ஒரு பக்கம் தேட மறுபக்கத்திலிருந்து அனைவரும் ஓடி வந்துவிடுகின்றனர்.

இவன் அனைவரும் ஓடி வருவதைக் கண்டவுடன் மகிழ்ச்சியுற்று அத்திசை நோக்கி ஓடுகிறான். ஆனால் அதற்குள் அனைவரும் வந்துவிடுகின்றனர். மீண்டும் அவனே கண்ணை மூடுகிறான், மீண்டும் அதுவே நடக்கிறது. எல்லோரும் இவனையே ஏமாத்திவிடலாம், இவன் யாரையும் கண்டுபிடிக்க மாட்டானென்று ஒவ்வொரு முறையும் அப்படியே செய்கிறார்கள். ஆனால் அவனோ மிகக் குதூகலமாகத் தேடுகிறான், எந்தப் பிளானும், முன்னெச்சரிக்கையும் இல்லாமல்

மகிழ்ச்சியாய் விளையாட்டை விளையாட்டாக விளையாடுகிறான். நானும் அக்குழந்தை போலவே மிக மகிழ்ச்சியாய் விளையாடுகிறேன் உலகிலுள்ள மக்களோடு ஒரு கண்ணாமூச்சி மறைந்திருக் காமலேயே", என்று கபிலன் எழுதி முடித்தக் கட்டுரையைப் பின்னிருந்தே வாசித்துக் கொண்டிருந்த அப்பாவிற்கு அவனைக் கட்டியணைக்க வேண்டும் போலிருந்தது. 'நான் உன்னோடு தான் இருக்கிறேன் மகனே' என்றவர் கூறியது கபிலனின் காதுகளுக்குக் கேட்கவில்லை என்றாலும் அவன் மனதினுள் அது கேட்க அத்திசை நோக்கித் திரும்பி இதழ்விரியப் புன்னகை வீசினான்.

●●●

திறந்திருந்த கதவுகள்

ஈராயுள் சிறை தண்டனை முடிந்த பின்பும்
மனமின்னுமே குற்றச் சிறையிலே
அடைபட்டுக் கிடக்கிறது
கைதியாகவே...

●

நீதி

இரத்தவாடை விரும்பிடும் வௌவால்கள்
ஒரு போதும் மாமிசம் உண்ணுவதில்லை...

●

விளையாட்டு

வேண்டிப் பெற்ற வரத்தைக் கூட
வீணாக்கி விடுகிறார்கள்
சில வாழத் தகுதியற்ற வீணர்கள்...

●

தெரிந்திருக்க வேண்டியவை

காயத்தின் விழுதுகளை வெட்டி வீசுகிறேன்
அதன் வேராகவே நான் இருந்து விட்டு...

●

வருத்தம்

சில சமயம்
எழுத்துக்களுங்கூட தலைகுனிந்து
கண்ணீர் சுவைக்கிறது
என் விரல்பட்ட பேனாவிலிருந்து
வெளிப்பட்டதற்காக...

●

தைரியமுள்ள கோழைகள்

தற்கொலை செய்யும் கோழைகளுக்குத் தான்
என்ன அபூர்வ தைரியம்
இறுதியில் துடித்துத்துடித்துத் துன்பப்பட
துணிகிறார்களே...

●

தொலைத்துத் தேடுவது

எறியும் விளக்கை அணைத்துவிட்டு
தீக்குச்சிகள் தேடப்படுகின்றன
விளக்கேற்றுவதற்காக...

●

மறைக்கப்பட்டவை

துரோகிகளின் உலகிலுள்ள
துரோகங்கள் உரைக்கப்படுவதனால்
மிச்ச பக்கங்களில் உறைந்துள்ள
அன்பென்றும் உரைக்கப்படாமலேயே
போகிறது...

●

வாக்குமூலம்

ஒரு கொலைகாரனின் வேண்டுகோள்,
“என்னை எதுவும் எழுதச் சொல்லாதீர்கள்
அந்த எழுத்துக்களில் இரத்த வாடை அடிக்கக்
கூடும்”...

●

நாணயத்தின் மறுபக்கம்

ஓர் அறையும்
முப்பக்கமும் சுவரும்
கருப்புக் கம்பிக் கதவும்
இருக்க வேண்டுமென்று அவசியமில்லை
சிட்டுக்குருவிகளுக்கு முகம் பார்க்கும்
கண்ணாடிகளே
சிறைச்சாலைகள்...

●

பேராசை

அவனுக்கு அழத்தெரியாதே
கண்ணீர்த் துளிகள் அவன் கன்னங்களை
வருடியதேயில்லை
புன்னகைக்கிறான்
அப்படியாவது சாபங்களைப் பெற்று
அவை பலித்துவிடாதா என்ற நப்பாசையில்...

●

ரணம்

அவனைக் குத்திக் கிழித்துப்
பல வருடங்கள் ஆயின
இருந்தும் இவன் கைகளில்
ஈரம் உலரவில்லை
மனதிலும் மகிழ்ச்சி மலரவேயில்லை...

●

அறியாதது

நாட்குறிப்பில் படிந்த இரத்தக்கரை
எழுதாத பக்கங்களிலும் படிந்திருக்கும்
என்பதை அவன் அறியவில்லை...

●

எண்ண அலைகள்

பூமிக்கு மட்டும் பாரமாக இல்லாமல்
பலர் மனதிலும் பாரமாக இருப்பதனால்
வீணாய் வாழ்ந்துவிட்டோமோ என்றெண்ணம்
உதயமாகிறது...

●

தீராக்கடன்

நம்பிக்கையை அடகு வைத்து
துரோகத்தைத் கடன் வாங்கியவன்
குற்றவுணர்ச்சியால்
தவறாமல் அன்பை வட்டியாகக் கட்டுகிறான்
அசலை அசைக்க முடியாததனால்...

●

ஒரு கைதியின் டைரி

இழைத்த யாவும் பாவமென் றறிந்தபின்,
வாழும் ஒவ்வொரு கனமும்,
வடித்தக்கண் ணீரும்,
கொதிக்கும் குருதிச்செந் நீரும்,
உரக்கக்கூறு மெனது குற்றத்தை,
செய்ததவ றுகளுணரப் பட்டதென் றாலும்,
மன்னிப்பு வழங்கப் பட்டதென் றாலும்,
ஆறுதல் கூறப் பட்டதென் றாலும்,
ஆழ்மன தெங்கும் ஆழிப்பேரலையாக,
குற்றங்களும், துரோகங்களும்,
பாவங்களும், பல நாமங்களும்,
என்னைய ழித்துநாச மாக்குகின்றன,
கங்கை நதி போதவில்லை
பாவங்களைக் கரைப்பதற்கு,
நூறு தலையணைகள் போதவில்லை,
கண்ணீரைத் துடைப்பதற்கு,
ஆறடிப்பி ணமாக நடமாடுகிறேன்,
குற்ற வுணர்ச்சிகளோடு...

●

சாலை யோரசெடி களிடம் பேசுகையிலே,
எனது விழிநீர் பட்ட மலர்களேவாடி னவே,
மலர்களேவாடு கையிலே உணர்வுகளெ ம்மாத்திரம்,
நம்பிக்கை யெனும் நன் னீரோ,
கையிலகப் படாகானல்நீ ராகியதே,
எனதி தயமேயெனக்கு கணமானதே,
வாழும் அனுதினமும் ரணமானதே,
பார்ப்போர் விழியெங்கும் துவேஷ மானதே,
எனது கண்ணாடி பிம்பத்தையே,
நான் வெறுக்கை யிலே,
முன்னே தொலைந்த,
என்னையே தேடுகிறேன்,
நித்தமும் தண்டனைய னுபவித் தோடுகிறேன்,
நேற்றின் சாயல்கள் பூசப்பட்ட எனக்கு,
நானே இன்றெனும் வண்ணந்தீட்ட,
முயன்று தோற்கிறேன்...

●

கருப்பு வெள்ளைக் குள்ளே வாழ்ந்தவன்,
வண்ணங்களைக் கண்டு வியந்தேன்,
காலங் கடந்த பின்பே உணர்ந்தேன்,
வண்ணங்களோடு வாழ்பவனின்,
எண்ணங்கள் நிறமற்றி ருப்பதை,
அவனோ,
பாவஞ்சுமந்திடும் இதயத்தோடும்,
புனித மெனும் முகமூடியோடும்,
உலகமளித்த 'நல்லவன்' னென்ற பட்டத்தோடும்,
திறந்து வைத்த கூண்டிற்குள்
அடைப்பட்ட பறவையாய்,
மனச்சிறைக்குள் அடைப்பட்டு,
இழைத்தப் பிழைக்குப் பிணைக் கைதியாய்,
இதழெங்கும் புன்னகையோடு,
என்னைக் கட்டித் தழுவியவன்,
எண்கள் பொறித்த வெள்ளைச்
சட்டைக்காகக் காத்திருக்கிறான்,
தண்டனையே நிம்மதி யெனக் கருதி...

●

குற்றஞ்செய்து ஒப்புக்கொண்டதற்காக,
தண்டனைக் காலம் முடிந்த பின்னுமே
தண்டனை அனுபவிக்கிறேன்,
சாலையில் நடந்தாலோ,
சோலையில் திரிந்தாலோ,
என்னை நோக்கும் விழியெங்கும்
என் மீதே பழிபோடக் காண்கிறேன்,
வண்ண வண்ண ஆடைகளை வாங்கினாலுமே,
சக மக்களின் பாசத்திற்கு ஏங்கினாலுமே,
அவர்களின் மனதிலோ 'கைதி' என்னும் முத்திரையே ஓங்கியதே,
நான் நம்பிக்கை விதைகளை விதைத்தாலுமே,
மண்ணோ மலடாகியென்னை வதைக்கிறதே,
வாழ்க்கை செவி சாய்ப்பது ஒரு முறையே,
உலகம் கண் திறப்பதும் ஒரு முறையே,
அப்பொழுதென் கரங்களில் இருந்ததோ பெருங்கறையே,
பிறகென்ன,
எனது கழுவிய கரங்களோ அவ்விழிகளுக்குத் தெரியாதே,
நான் என்னவுரைத்தாலும் அச்செவிகளுக்குக் கேட்காதே,
ஆறாத காயத்திலே,
ஆறாக இரத்தம் ஓடி கழுவினாலும்,
மாறாது அதன் வலியும்,
ஆறாது அதன் பழியும்,
உலகின் வெள்ளைச் சட்டையிலே
பொறிக்கப்பட்ட கருப்பு எண்ணாக நான்...

●

ஒரு கைதியின் தேவதை

வெள்ளை உடை தரித்து
வெண் சிறகுகள் பதித்து
தலைக்கு மேலே மஞ்சள் வட்டம் பொறித்து
வான் மேகங்களில் மிதந்து
வரம் தருபவர்களே தேவதைகள்
என நினைத்திருந்தேன்
உன்னைக் காணும் வரை
கறை படிந்த கரங்களைக் கட்டியணைத்தாய்
மனதிலே மாசுள்ளவரையும் மதித்தாய்
கேட்டால் அவரும் மனிதனே என்றுரைத்தாய்
அன்பை அத்தியாயங்களாய் அள்ளித் தெளித்தாய்
தேவதைகள் வானிலிருப்பதில்லை என்று புரிய
வைத்தாய்
ஒரு கவிதைக்குள்ளே அடக்கிட முடியா
பாசமளித்தாய்
வார்த்தைகள் போதவில்லை வர்ணனைக்கு
என் வாழ்க்கையையே அர்ப்பணிக்கிறேன் உனக்கு
மனமுடைந்து மிரண்டிருந்த பொழுது
இவ்வாழ்க்கையையே வரமாய் அளித்தவளே
நீ தானே
'வெள்ளை உடையணிந்த கைதிகளும்
தேவதைகளே' என்றுரைத்த நீயே
என் வாழ்வின் வரமாக வந்த தேவதையானாய்...

●

ஒரு கைதியின் டைரியின் கடைசி பக்கம்

உயிரொன்று கதற
அதைப் பார்ப்போர் பதற
கொடூரமான கொலையொன்று அரங்கேற
அணையை மீறிய ஆறாய் ஓடுகிறது
கொலையுண்டவனின் குருதியும்
கொலையாளியின் உணர்ச்சியும்
உயிர் பிரிந்த பின்பே
கரை படிந்த கரங்களைக் கவனிக்கிறான்
உடைந்த அணைக்குள்ளே உணர்வுகளை
நிதானிக்கிறான்
குற்றமுணர்ந்து தண்டனை காலம் முடிந்தாலும்
குற்றவுணர்ச்சியின் சிறையிலே அடைப்படுகிறான்
கடந்த காலத்தை மறக்கிறான்
தன்னைத் தானே வெறுக்கிறான்
பெருந்தண்டனை தன்னை வந்தடைய
நினைக்கிறான்
தன் வாழ்க்கையை மாற்றும் வாசகத்தை
வாசிக்கிறான்
“கல்லறை மீது மலர்ந்தாலும் மலர்கள் மணம் வீச
மறப்பதில்லை”
மீண்டெழுகிறான் மகிழ்ச்சியடைகிறான்
இழந்த நற்குணங்கள் மீட்டெடுக்கிறான்
தான் கொன்றவனின் கல்லறை மீதே ஒரு மலராக
மணம் வீசுகிறான்
தனது குற்றமே தண்டனையாக...

●

எனக்குள் ஒருவன்

கடற்கரையோரம் நடக்கச் சொல்கிறான் இவன்,
கடல் அலைகளிலே மிதக்கச் சொல்கிறான் அவன்,
சரித்திரத்திலே பாதம் பதிக்கச் சொல்கிறான் இவன்,
ஓர் உயர்ந்த சுவரேரி குதிக்கச் சொல்கிறான் அவன்,
என் திறமைகளை எடுத்துரைக்கிறான் இவன்,
என் தவறுகளை என்னுள்ளேயே கரைக்கிறான் அவன்,
ஓராயிரம் கனா காண்கிறான் இவன்,
ஒரே வினாவையே கேட்கிறான் அவன்,
உடலெனும் கூடோடு வாழச் சொல்கிறான் இவன்,
உடலைக் கூறு போட்டு கிழிக்கச் சொல்கிறான் அவன்,
நல் வாழ்க்கையின் பிம்பத்தைப் பிரதிபலிக்கிறான்
இவன்,
அந்த ஒரு நிமிட இன்பத்தைக் காட்டி அழைக்கிறான்
அவன்,
தேக ஆரோக்கியத்தைக் காட்டி தேற்றுகிறான் இவன்,
அதிலே உள்ள தழும்புகளைக் காட்டி மாற்றுகிறான்
அவன்,
உறவுகளின் உன்னதத்தை உரைக்கிறான் இவன்,
நான் அவர்களுக்களித்த துரோகத்தை வாரி இறைக்கிறான்
அவன்,
கிழக்கொருபுறம் அவனொரு மேற்கொருபுறம் என
என்னைப் பிடித்திழுக்க,
இருவருக்கிடையில் நெடுந்தென்னை மரமாக நான்
இருக்க,
அந்த காற்றின் வேகத்தில் என் தேகத்தை எந்தப் பக்கம்
சாய்க்க –
என அறியாமல் ஆடுகிறேன்...

●

நான்

நான்
பிடிக்கும் பேனா விரலைவிட்டு நழுவுகிறது,
எழுதும் காகிதம் காற்றிலே பறந்து மறைகிறது,
படிக்கும் புத்தகமோ விட்டுவிடுயென கதறுகிறது,
நோக்கும் சுவரோ குதிக்கச் சொல்லி அழைக்கிறது,
பார்க்கும் கண்ணாடியோ தப்பிக்க வழியின்றி
பிரதிபலிக்கிறது,
செய்த தவறுகளையும்,
எனது அகோர முகத்தையும்,
அழுக்குற்ற அகத்தையும்,
பாவத்தின் ரகத்தையும்,
அலைகள் கூட அலறுகிறது என் பாதங்களில் பட்டு
விட,
உள்ளத்தின் பாவங்களைக் காற்றில் கரைத்து,
உள்ளே நல்ல எண்ணங்களை நிறைத்து,
யாரையேனும் கட்டி அணைக்க
காத்திருக்கிறேன் அனாதையாக...

●

அனுப்பப்படாத கடிதங்கள்

முற்றிலும் இருள் சூழ்ந்திருக்க முயன்றாலும், வெண்ணிலவு அதற்கு இடங்கொடுக்கவில்லை. தேய்பிறை காலமென்றாலும் அது மங்கிய ஒளி வீசியதில்லை தன்னால் முடிந்த வரை பிரகாசமாக ஒளி வீசியது. அப்படியாவது தர்மராஜின் மனதிலே ஒரு நம்பிக்கை ஒளி வீசுமென. அவன் அதையெல்லாம் பொருட்படுத்துவானில்லை, நிழல்களை அழித்திடும் இருளையே அவன் விரும்பினான், அதற்காகவே மொட்டை மாடிக்கு வந்துள்ளான். கொட்டக் கொட்ட விழித்திருக்கும் விண்மீன்கள் அவனையே உற்றுப் பார்க்கின்றன. தென்றலுங்கூட அவனை மெல்லத் தொட்டு ஆறுதல் கூற முயன்றன. அவன் விழிகளுக்கு விருந்தளிக்க கொக்கு கூட்டங்கள் இரவு வானத்தை வெள்ளையாக்க முயற்சித்தன. ஆனால் என்ன பயன் அவை யாருக்குமே தெரியவில்லை அங்கிருப்பது அவன் உடல் மட்டுமே மனம் வேறெங்கோ மேய்கிறதென. இவை யாவுமே உதவவில்லை என்பதை உணர்ந்த மேகங்கள் ஓரிரு துளிகளைத் தூவின அதுவே அவனை இவ்வுலகிற்கு அழைத்தது. அவன் வேகமாக வீட்டிற்குள் ஓடுகிறான். மழையில் நனைந்து விடக் கூடாதென.

மழையில் நனைந்து விடக் கூடாதென வேகமாக காயபோட்ட துணிகளை எடுக்க விரைகிறான் அன்புச்செழியன். துணிகளை எடுக்கும் பொழுது சில்லென ஒரு தென்றல் வீச மெய் சிலிர்க்கிறான், ஏதோ நினைத்தவன் போல வானை உற்று நோக்கிய போது அந்த வெண்ணிலவு விண்மீன்களுக்குப் பாடம் எடுத்துக் கொண்டிருக்க, விண்மீன்கள் அதை மிக கவனமாய்

கவனிக்க, ஏதோ ஒரு விண்மீன் இவனைப் பார்த்துக் கண்சிமிட்ட, மனம் இவனை சிறிது நேரம் கடந்த காலத்துக்கே அழைத்துச் சென்றது. அதை நினைத்துக் கொண்டவன் இதழோரப் புன்னகையோடு, “எனக்கு மட்டும் ஏன் இப்படி”, என்றவன் உதடுகள் முணுமுணுத்தன. நிம்மதியான மனநிலையை இழந்திருந்த தர்மராஜ் செய்வதறியாது தட்டளிந்துக் கொண்டிருந்தான். எதைச் செய்வதற்கும் விருப்பப்படவில்லையவன் மனம். அதையும் சமாதானப்படுத்தி எதாவது செய்ய முயன்றால் இறுதியில் அதையும் செய்ய முடியாமல் அவன் மீதவனே கோபப்பட்டுக் கொள்வான். சுற்றியிருக்கும் யாவுமே தன்னை கேலி செய்வது போல கூட அவனுக்குத் தோன்றும். நம்பிக்கையிழந்த அவன் விழிகள் எதையோ கண்டு விழிவிரிந்தன. காற்றில் சுதந்திரமாக ஆடிக் கொண்டிருந்த வெற்றுக் காகிதத்தை எடுத்தான். பேனாவைத் தேடினான்.

பேனாவைத் தேடினான் அன்பு, அவன் பத்திரமாகப் பாதுகாத்து வந்த பேனாவைக் காணவில்லை என தேடிக்கொண்டிருந்தான். அரை மணி நேரம் தேடியும் கிடைக்காததால் அவன் யோசிக்கலானான். பிறகே ஞாபகம் வந்தது அதை யாரிடமோ காலையில் எழுதக்கொடுத்தானென. ‘யாரையும் எளிதில் நம்பி விடக்கூடாது’ என தனக்குத்தானே நினைத்தும் கொண்டான். தேடிக் களைத்த அவனுக்கு ஏனோ மன அமைதியில்லை. தூங்கலாமென்று நினைத்தான். தூக்கமும் வரவில்லை. அருகிலிருந்த பேனாவைக் கையில் சுழற்றியவாறே அறை முழுவதும் வெற்றுப் பார்வை வீசினான். அருகிலிருந்த செய்தித்தாளிலுள்ள மனிதர்களுக்கு மீசை வரைய ஆரம்பித்தான். அடுத்த பக்கத்தைத் திருப்ப அதனுள்ளே ஒரு பக்கம் மட்டுமே

அச்சிடப்பட்ட விளம்பர அட்டையைப் பார்த்தவுடன் ஏதோ நினைத்துக் கொண்டவன் போல, காகிதங்களை எடுத்து வந்தமர்ந்து எழுதத் தொடங்கினான். "நண்பா..."

"நண்பா... நாட்குறிப்பின் ஒவ்வொரு நாளும் முடிந்த பிறகே அதை எழுத முடியும், சில நாட்களில் ஏதோவொரு உணர்ச்சி மிகுதியினால் அதையுங்கூட மறந்து போகிறோம். ஆனால் என்ன நடந்நாலும் அதை நான் உன்னிடம் கூற மறந்ததேயில்லை. நாட்குறிப்புகளே வியக்கும் நட்பாய் இருந்தது அந்நாட்கள். கொஞ்சம் கூட எதிர்பாரா நேரத்தில் நீயென் வாழ்வின் கதவுகளுக்குள்ளே நடந்தாய். எனக்குத் துணையாக இருந்து சிரித்துச் சிரித்துப் பேசிய நாட்கள் நினைவுகளிலிருந்து அவ்வளவு எளிதில் நீங்காது. உன்னை அப்படியொரு உற்ற நண்பனென நினைத்த நான் நிச்சயம் அதைச் செய்திருக்கக் கூடாது", என்று எழுதி முடித்திருந்த தர்மராஜ் பேனாவைக் கீழே வைத்து ஒரு பெருமூச்செறிந்தான். பழைய நினைவுகளின் வெள்ளத்தால் அடிக்கப்பட்டு அதிலே மூழ்கிய கல்லென சமைத்தான்.

பழைய நினைவுகளின் வெள்ளத்தால் அடிக்கப்பட்டு அதிலே மூழ்கிய கல்லென சமைத்தான் அன்புச் செழியன். காற்றில் ஜன்னல்கள் எழுப்பிய ஒலியினால் இவ்வுலகிற்கு இழுக்கப்பட்டான். எழுதத் தொடங்கினான், "உனக்கென்னை நன்றாக தெரியும். பழகிய காலம் முக்கியமல்ல நண்பா, ஆனால் மனதளவில் மகிழ்ச்சியாகவே இருந்தேன். கண்மூடித்தனமாக உன்னையே நம்பினேன். எப்பெரும் பிரளயங்கள் வந்தாலும் நான் உன் பக்கமே சாய்ந்திருந்தேன். உன்னை நண்பனாகக் கொண்டதில் நிச்சயம் பெருமிதம் கொண்டிருந்தேன். ஆடுகளை

வீடுகளில் வளர்ப்பது வெட்டப்படுவற்குத் தான் என்பது எனக்குப் பின்னரே புரிந்தது. ஒரு பக்கமாய் சாயும் மரங்கள் இழுக்கப்பட்டு மண்ணோடு வெட்டி வீழ்த்தப்படுமென்று நான் அறிந்திருக்கவில்லை. உன்னிடம் ஏகப்பட்டதைக் கற்றுக் கொண்டேன். துரோகத்தின் வலி என்பது நாம் நம்பியவரைப் பொருத்து வேறுபடும், முழுமையாக நம்பிய ஒருவனே குத்தியவனென்றால் கோபங்கூட வராது. அது ஒரு வகையான நரகவேதனை. அதை எனக்கு பரிசளித்தமைக்கு நன்றி. ஆனால் இப்பொழுது தோன்றுகிறது எனக்கான சவக்குழி தோண்டப்பட்டே நான் அழைக்கப்பட்டேன், பின்பே நான் நம்பிக்கையாலே மெய்மறந்திருந்த போது தள்ளப்பட்டேனோ என்று தோன்றுகிறது. நிச்சயம் இனி ஒருவரையும் நம்புவதாயில்லை நண்பா. ஏமாற்றங்களின் வடுக்கள் ஏராளமாய்க் குவிந்துவிட்டன இனி ஒரு வடுவிற்குக் கூட இதயத்தில் இடமில்லை. உன்னோடு பேசுவேனென்றாலும் அந்த நம்பிக்கையை மீண்டும் ஒட்ட வைக்க முடியாது. நீ வேண்டுமானால் அனைத்தையும் மறந்து மகிழ்ச்சியாய் இருக்கலாம், ஆனால் என்னால் அப்படி இருக்கமுடியவில்லை. என்னை மன்னிரத்துவிடு நண்பா",

"என்னை மன்னித்துவிடு நண்பா. உனக்கொரு துரோகம் செய்வதென்று ஒரு போதும் நினைத்ததுங்கூடயில்லை ஆனால் சில சமயங்களில் காலமொரு பரமபதம் என்பதை உறுதிப்படுத்துகிறது. உணர்ச்சி வசப்படும் யாவருமே யோசிக்கும் சக்தியை அறவே இழக்கிறார்கள். அன்று நிகழ்ந்ததும் அதுவே. நான் தவறு செய்ததை உளமாற ஒப்புக்கொள்கிறேன். நீ இன்னும் என்னோடு பேசுவது ஒரு ஆச்சரியமே. என் தவறை நிச்சயம் என்னால் அழித்துவிட முடியாது

ஆனால் ஏதோவொரு முறையில் உனக்கு நிம்மதியளிக்க விரும்புகிறேன் இனியாவது.

உன்னைப் படுத்தியது போதும், கட்டளையிடு எதுவானாலும் நிறைவேற்றுகிறேன். குற்றவுணர்ச்சியின் கம்பிகளுக்குப் பின்னால் அகப்பட்டுக் கொண்டிருக்கும் ஒவ்வொருவருமே தண்டனையனுபவிக்காத கைதிகளே, அதன் வலியை உணர்கிறேன் நண்பா. உன்னை நிச்சயம் நான் தவறு கூற மாட்டேன். நான் செய்தது தவறே. ஆனால் எல்லா கைதிகளுக்குப் பின்னும் ஒரு கதையுண்டு என்பதை உணர்ந்தேன். சூழ்நிலையினால் நுகரப்பட்டவன் நிச்சயம் உணர்வுகளெனும் நாக்குகளால் தீண்டப்பட்டு அதற்கே இரையாகிறான். அதை பின்பே உணரவுங்கூட செய்கிறான். அப்படி உணர்ந்த பின் இருப்பது அவ்வளவு எளிதாக இல்லை.

நண்பா, பார்க்கும் யாவுமே என்னை குற்றக் கண்களோடு நோக்குவது போலவே இருக்கும். எனக்குள்ளே ஒருவன் இருப்பதாகத் தோன்றும், அவனோ 'நீ வாழுவது வீண்' என்று கூறுவது காதுகளில் ஒலித்துக் கொண்டே இருக்கும். அழத்தெரியாத காரணத்தினால் புன்னகைக்கிறேன். அது கூட உனக்கு நான் அனைத்தையும் மறந்ததாகத் தோன்றலாம். மறப்பது என்பது இனியது முடியாது நண்பா. நிதமும் நிம்மதியற்று அலைகிறேன் புன்னகையோடு, அதை விளக்குவதென்பது அவ்வளவு எளிதில்ல நண்பா. நடந்தவைக்கு என்னை மன்னித்து விடு, என்றுமே உனது நலனையே வேண்டுகிறேன், என்றுமே உன்னை குழிக்குள்ளே தள்ள எண்ணியதில்லை. ஆனாலொன்று நண்பா, உனது நாட்குறிப்பின் ஒரு பக்கத்தை மட்டுமே நான் காயப்படுத்தியுள்ளேன் அதன் இரத்தக்கறை மற்ற பக்கங்களிலும் படர்ந்திருக்கலாம், அதெல்லாம்

துரோகமல்ல நண்பா. உன் மீது அலாதி அன்பு இருக்கிறது. என்றுமே இருக்கும் என்பதில் மாற்றமில்லை. நீ மென்மேலும் வளர்ந்து வர வாழ்த்தி வேண்டுகிறேன். நிச்சயம் எப்பொழுதும் உன்னோடு இருப்பேன் குற்றவுணர்ச்சிகளோடு நீ விருப்பப்பட்டாயானால். நன்றி. அன்புடன், தர்மராஜ்", என்று எழுதி முடித்துக் கையெழுத்திட்டு அதை ஒரு காகித உறையில் போட்டு அதன் மேலே பெறுநர் விபரம் எழுதி அதை ஒட்ட முற்பட்டான்.ஒட்டவே பசையைத் தேடினான்.

ஒட்டவே பசையைத் தேடினான்.எதற்கும் ஒரு முறை இறுதிப் பத்தியை வாசித்துவிட்டு ஒட்டலாமென எண்ணி, அதை வாசிக்க முற்பட்டான்,"நான் அதிகமாக நம்பியவன் எனக்கு துரோகமிழைத்தான் என்பதை என்னால் ஏற்றுக் கொள்ளவே முடியவில்லை. தூக்கம் பிடிப்பதில்லை. என்னை நானே பல நேரங்களில் சந்தேகிக்கிறேன் என் மீதே நான் வைத்த நம்பிக்கை மொத்தமும் பாழாய்ப் போனதே. சுருங்கச் சொன்னால் என்னை நானே வெறுக்கிறேன். எவரையும் இனி நம்பும் துணிவில்லை, நம்பவும் போவதில்லை. எவர் அருகிலும் போகப் பிரியப்படாததால் ஏகாந்தத்தையே பூசிக் கொள்கிறேன். என்ன தான் பற்பல மகிழ்ச்சியான தருணங்கள் உன்னோடு கழித்தாலும் மனம் அதை ஏற்க மறுக்கிறது. நான் உன்னுடன் சகஜமாக பழக முடியவில்லை நண்பா. என்னை மன்னித்துவிடு நண்பா. நீ எங்கிருந்தாலும் வெகு சிறப்பாக வாழவே வேண்டுகிறேன். அன்புடன், அன்புச்செழியன்", அதை வாசித்து முடித்து பெறுநர் விவரம் எழுதி அதை ஒட்டி வைத்தான். நாளை அனுப்பலாமென அதைப் பரண் மேலே பத்திரமாக வைத்தான்.

நாளை அனுப்பலாமென அதைப் பரண் மேலே பத்திரமாக வைத்தான். தனது எண்ணங்களை எழுத்துக்களாக மாற்றியதால் சிறிது மன பாரம் குறைந்ததாக எண்ணினான் தர்மராஜ். அதனாலே தூங்கியும் போனான்.

பல மாதங்களுக்குப் பிறகு வீட்டை ஒதுங்க வைக்க முற்பட்ட தர்மராஜின் விழிகளுக்கு ஒரு தூசிப்படலம் படிந்தவொரு காகிதம் கிடைத்தது. அன்றிரவின் பாரத்தைச் சுமந்த அந்தக் கடிதம் பற்பல நினைவலைகளை எழுப்பின.

அன்றிரவின் பாரத்தைச் சுமந்த அந்தக் கடிதம் பற்பல நினைவலைகளை எழுப்பின. இப்போழுது அவன் வாழ்க்கையே மாறிப் போயிருந்தது. இருந்தாலும் சில வடுக்கள் மறைவதில்லையே. அன்புச்செழியன் அதை தூசிதட்டி அதை உற்று நோக்கினான். "ஒரு வேளை இது அனுப்பப்பட்டிருந்தால் வாழ்க்கை வேறு விதமாக மாறியிருக்குமோ என்னவோ", என்று எண்ணியவன் அவன் மட்டுமல்ல.

●●●

பெயரற்ற உயிர்களாக

உச்சி வானம் உலர்ந்திருக்க, கதிரவனின் கரங்கள் படர்ந்திருக்க, நேரம் நண்பகலை நெருங்கிக் கொண்டிருந்தது. நிழல்கள் நிர்மூலமாகிக் கொண்டிருந்த இவ்வேளையிலே அந்த வேகாத வெயிலிலே சற்று இளைப்பாறிக் கொள்ள ஏற்ற இடத்தைத் தேடி ஓடுகிறேன் நான். நடந்து வரும் இந்த தெருவும் இதையொட்டியுள்ள மூன்று தெருக்களுமே எனது உலகமாகும்.

அதோ அங்கு தெரியும் காருக்கு அடியில் காலையில் தெளித்த தண்ணீர் தேங்கிக்கிடக்கும். இந்த வெயிலுக்கு ஏற்ற இடமும் அதுவே, எனது பெரும்பாலுமான தூங்கும் இடமும் அதுவே. ஆனால் நிரந்தரமல்ல. எப்பொழுதெல்லாம் அந்த வீட்டுக்காரனுக்கு என் மீது கோபம் வருகிறதோ அப்போதெல்லாம் என்னை விரட்டி விடுவான். வேறு இடம் தேடியாக வேண்டும். இன்றும் நான் விரட்டப்பட்ட நாளே. மனிதன் தான் எத்தனை ரகம். ஒருவனுக்குள்ளேயே எத்தனை குணம். அதோ அங்கு நிழல் இருக்கிறதே, ஆனால் ஒரு மனிதன் இருக்கிறானே. பரவாயில்லை நமக்கு நிழல் தேவை அவனோ படியில் அமர்ந்திருக்கிறான் நாம் கீழே படுத்துக் கொள்வோம். படுத்துக் கொண்டும் தூக்கம் பிடிக்கவில்லை.

அருகிலே அமர்ந்திருக்கும் அவன் என்ன செய்ய காத்திருக்கிறானோ என்ற பயம் என்னை கவ்விக் கொண்டது. மூடிய விழிகளை மெல்லத் திறந்து அவனை உற்றுப் பார்த்தால், இதென்ன அவன் என்னையே

பார்க்கிறானே. போதாகுறைக்கு இந்த பூச்சிகள் வேறு என்னை சுற்றி வருகின்றனவே. அந்த பூச்சிகளின் தொந்தரவு தாங்க முடியாமல் ஒரு முறை குரைத்தேன். திரும்பி அவனைப் பார்த்தேன், அவன் கையில் ஏதோ வைத்துக் கொண்டிருந்தான். எதிரே இருக்கும் வீட்டிலிருந்து வெளிப்பட்ட மனிதனொருவன் கைக்குழந்தையோடு வந்தான்.

என்னை நோக்கி கையை நீட்டினான், ஏதோ கூறி அழைக்கிறான். எனக்கு தான் உணவளிக்க போகிறானோ என்று நினைத்து அவனருகில் வாலாட்டிக் கொண்டு நின்றால் அவனோ என்னைக் காட்டி குழந்தைக்கு உணவளிக்கிறான் போலும். நீங்கள் பரிதாபப்பட தேவையில்லை நான் ஏமாந்து போவதொன்றும் முதல் முறையல்ல. சரி எழுந்து விட்டோமே உணவு தேடலாமென நினைத்துத் தெருவின் பக்கங்களை நுகர்ந்துக் கொண்டு போனேன் ஆனால் ஒன்றுமே அகப்படவில்லை. இந்த கொளுத்தும் வெயிலில் தாகம் வேறு, தெரு ஓரங்களில் ஓடும் ஓடையொன்றில் இறங்கி நீர் அருந்திவிட்டு வெளியே வந்து பார்த்தால் பாதி கால் வரையில் நனைந்துவிட்டது.

ஏதோ ஒரு வீட்டோரம் ஒதுங்கி அதை நானே சுத்தம் செய்ய முற்படும் போது அந்த வீட்டுக்காரனோ கம்பு கொண்டு என்னை விரட்டுகிறான். கோபத்தில் குரைத்துவிட்டு கிளம்பினேன். பழையபடி அந்த படியருகே வந்தமர்ந்தேன். அந்த மனிதனோ இன்னும் அங்கேயே இருந்தான். என்னைப் பார்க்கிறான் குனிந்து ஏதோ செய்கிறான், எழுதுகிறான் போலும். அழுக்குற்ற கால்களைச் சுத்தம் செய்து முடித்த பிறகே தூக்கம் வரத் தொடங்கியது. பெரும்பாலும் எனது தூக்கத்திலே எனது கடந்த கால வாழ்க்கையே கனவாக வரும். இன்றும்

அதுவே நடந்தது. நான் ஒரு ஓடையை ஒட்டியுள்ள பொந்தினிலே பிறந்தேன். என்னுடன் மூன்று சகோதரர்கள் இருந்தார்கள், ஆனால் மனிதர்களால் கொண்டு செல்லப்பட்டார்கள். அதில் இருவரை நான் இதுவரைக் கண்டதேயில்லை. ஒருவன் மட்டும் அந்த பெரிய சிவப்புக்கதவு போட்ட வீட்டினுள்ளேயே கட்டிப்போட்டிருப்பதைப் பார்த்திருக்கிறேன்.

அவன் வெளியே வரும் போது அவனுடன் பேச முற்பட்டால் அந்த மனிதன் என்னை கல்லைக் கொண்டடிப்பான். என்னை அடிக்க வேண்டுமென்றே சேர்த்து வைத்திருப்பான் போலும். மனிதர்களை நான் வெறுப்பவனில்லை. நான் சிறு பிள்ளையாய் இருந்த போது ஒரு முறை அந்த தெருவோர ஓடையில் விழுந்து போது என்னை தூக்கிவிட்டது ஒரு மனிதன்தான். அந்த கார்வீட்டுக்காரன் கூட எனக்கு பல நேரம் உணவளித்திருக்கிறான், அந்த சிறுவன் சில சமயம் எனக்கு இரவில் பால் ஊற்றியிருக்கிறான். எனக்கு உதவி செய்த அனைவருமே சமமே.

ஆனால் அதே கார்காரன் சில சமயம் என்னை விரட்டியடிப்பான். அது தான் எனக்கு விளங்குவதேயில்லை, மனிதர்கள் வெகு விரைவாக மாறிவிடுகிறார்கள். பாவம் என்னைப் போல சிந்திக்கும் சக்தி அவர்களுக்கு இல்லை என்றே நினைக்கத் தோன்றுதிறது. தூக்கம் கலைந்து எழுந்த போது இன்னும் அந்த மனிதன் எனதருகிலேயே அமர்ந்திருந்தான். இன்னும் குனிந்தே இருந்தான். நான் அவனைப் பார்க்க முற்படும் போது அவனும் என்னைப் பார்க்க நேர்ந்தது. எனக்கு பசிக்கத் தெடங்கிவிட்ட படியால் எழுந்து நடக்க நினைக்கும் போது, அவன் 'ச்ச்ச்' என்று சத்தம் செய்யவே திரும்பிப் பார்த்தேன். அவன் பிஸ்கட் துண்டுகளைக்

கீழே வீசினான். அதை ஆசையோடு வாலாட்டிக் கொண்டே உண்டு முடித்த போது அவன் மடியிலிருந்த ஏதோ இலைபோல இடையுள்ள ஒன்று பறந்து போகவே அந்த காகிதத்தைத் துரத்திக்கொண்டு போய் பிடித்துக் கொண்டு வந்து கொடுத்தேன். அது என்னவென்று தெரியவில்லை, உணவுப் பொருளல்ல என்பது மட்டும் தெரியும். அதை அவனிடம் கொடுத்ததும் அவன் பரிவோடு என் தலையைத் தடவிக் கொடுத்ததிலிருந்து புரிந்து கொண்டேன் அது மிக முக்கியமான பொருளென, ஏனெனில் வெகு சில மனிதர்களே என்னைத் தொட முற்படுவார்கள். பெயரற்ற உயிர்களாக உலாவும் என்னையும் ஓர் உயிரெனக் கருதும் வெகு சிலருள் அவனும் ஒருவனானன்.

●●●

ஒளியும் வலியும்

அவள் வந்து போன
பாதையெங்கும் வசந்த காலம்
அவள் பேசிப் போன
வார்த்தையாவும் அமுத கானம்
அவள் பிரிந்திடவே இணைந்திருந்தாள்
என்று நினைக்கவில்லை
அவள் என்னுள் கலைஞனாகக் கலந்திருந்தாள்
என்பதும் உரைக்கவில்லை...

●

பிரியாவரம் பெற்றவை

எழுதிட வேண்டுமென்ற
போதெல்லாம் வார்த்தைகள்
வாய்க்கவில்லை
வார்த்தைகள் வாய்த்திடும் பொழுது
எழுதிட முடிவதில்லை
விலகி இருந்துமே
வார்த்தைகளும் எழுத்துக்களும்
பிரிந்திருந்ததில்லை...

●

கவனம் தேவை

கவனிக்க மறுக்கும்
மிகச் சிறிய விஷயங்கள்
அனைத்திலும் அழகிய
எழுத்துக்கள் ஒளிந்திருக்கின்றன...

●

சிந்திய உணவு

வெள்ளித் தட்டிலிருந்து
சிதறிய சோற்றுப் பருக்கைகள்
விண்மீன்கள்...

●

அன்பின் அடிநாதம்

பிரிவது நிச்சயம்
இருந்தும்
அன்பிற்கு அணுவளவும்
பஞ்சமில்லை
புகைவண்டி பயணங்கள்...

●

பதிவேடு

முக்கிய நிகழ்வுகளைச்
சிறைபிடிக்க புகைப்படங்கள்
இருக்கலாம்
ஒவ்வொரு நிமிடத்தையும்
சிறைபிடிப்பது
எழுத்துக்கள் மட்டுமே...

●

மறக்கப்படாத மின்மினிகள்

வழிதெரியா
ஒளியற்ற இரவில்
வழிப்போக்கனாய் வரும்
மின்மினிகள்
மறக்கப்படுவதேயில்லை...

●

குட்டி விரல்களின் அதிசயம்

அசமந்தமாய் நடந்து செல்லும்
மாடுங்கூட பெரும்
ஆச்சரியமாகிறது
குழந்தைகள் விரலால்
சுட்டிக் காட்டுகையிலே...

●

காற்றிலுள்ள ஈரம்

கடற்கரையை விட்டு வந்து
வெகு நேரமாகிவிட்டது இருந்தும்
உப்புக் காற்று
வீசிக்கொண்டுதான் இருக்கிறது
காற்றிலே கண்ணீர்த் துளிகள்
கலந்திருப்பதனால்...

●

விண்மீனின் இருப்பிடம்

விண்ணிலிருந்து விழுந்த
விண்மீன்களென
அலை நுரையை
அள்ளிக் கொண்டு வந்து
அவன் காட்டிய பொழுது
அவன் விழிகளில்
கண்டேன் விண்மீன்களை...

●

முதல் நீ முடிவும் நீ

அவள்
முற்றற்ற அந்தாதி
அவள்
எனது அன்பூற்றின் ஆதி
அவள்
எனதிதயத்தின் ஒரு பாதி
நான்
அவள் தீட்டிய ஓவியத்தின் மீதி
அவள்
வண்ணங்கள் தீண்டியதால் நான் அழகு
அவளின்றி அமையாதென் உலகு...

●

ஓயாத அலைகள்

ஈரடுக்குக் கோட்டைச் சுவர்
பதுங்கிக் கொள்ள சுரங்கப் பாதைகள்
மனமெங்கும் மாபெரும் மணல் வீடு
இருந்தென்ன பயன்?
அவையனைத்தையும் அரித்திடும்
அலைகளாய்
உன் நினைவுகள்...

●

அவர்கள் தேவதைகள்

நீ எப்பொழுதுமே
எனக்கு நன்றியுரைக்கிறாய்
நினைவில் கொள்
அன்று அங்கு நீயில்லையென்றால்
இன்று இந்த நான் இங்கு இல்லை
நினைவில் கொள்
நீ நன்றியுரைப்பது எனக்கல்ல
உனக்கும்
உன் அலாதி அன்பிற்குமே...

●

சிறிது நேரம்

அன்று அவனைக்
கடைசியாய்ப் பார்க்கும் போது
தனிமையின் தனலணைக்க
கண்ணீர் சிந்திக் கொண்டிருந்தான்
நேரமில்லாததால்
ஏனென்று கூட கேட்காமல்
சென்றுவிட்டேன்
ஒரு வேளை கேட்டிருந்தால்
அன்று அவனைச் சந்தித்தது
கடைசியாக
இருந்திருக்காதோ என்னவோ?...

●

அன்பு மேகங்கள்

பாரபட்சமின்றி
அன்பை மழையாய்ப் பொழிய
முடிந்தவர்களுக்கு
'யாரோ' என்றிருப்பவர்களுமே
யாதுமாய் ஆகிறார்கள்...

●

நீளும் பயணம்

இருள் சூழ்ந்துவிட்ட
இதய ஓரங்களில்
இறங்கித் தேடலானேன்
என்றோ இழந்த
'என்னை'...

●

தொலைத்ததைத் தேடி

'அவனுக்கு வீடு இல்லையா?
அவங்க அம்மா தேடமாட்டாங்காளா?'
என்று தெரு நாயைச் சுட்டிக் காட்டி
அச்சிறுவன்
கேட்ட பொழுதே உணர்ந்தேன்
எவ்வுயிரும் தம்முயிர் போல
எண்ணுவதை
எங்கோ இதய மூலையில்
பூட்டி வைத்து சாவியைத்
தொலைத்து விட்டேனென்று...

●

விதிவிலக்கில்லாத விதியுமில்ல

வர்ணனைக்கும் அப்பாலுள்ள
காட்சியைக் கூட பேரழகாய்ப்
படைக்க முடிகிறது
ஆனால் அதற்கு
அவள் மட்டும் விதிவிலக்கு...

●

தன்னை மறந்து

சிரித்து
சல்லாபித்துக் கொண்டிருக்கின்றன
கட்டிப்போடப்பட்ட ஆடுகள்
கசாப்புக்கடையில்...

●

சில முடிவிலிகள்

விதையாகி செடியாகி
கிளையாகி இலையாகி
மொட்டாகி மலராகி
காயாகி கனியாகி
மீண்டும் விதையாகிடும்
அந்த அழகிய அந்தாதியாகிறது
அவள் நினைவுகளும்
என் ஆசைகளும்...

●

வந்து போனவரின் தடம் தேடி

அதை என்றோ தொலைத்துவிட்டேன்
எங்கிருந்தோ வந்த அவர்கள்
அதை தந்துவிட்டு
தொலைந்தே போனார்கள்
இன்று
அதை அங்கேயே
தொலைத்துவிட்டேன்
வரப்போகும் அவர்களைத்
தொலைத்துவிடாமலிருக்க...

●

விடைதேடும் வினாக்கள்

நேற்றுள்ள என்னை
இன்று தேடுகிறேன்
இன்றுள்ள என்னை
என்று தேடுவேனோ
அன்றுள்ள என்னில்
எத்தனை மாற்றங்களோ
என்றுள்ள என்னை
தான் நான் ஏற்பேனோ...

●

மாறாத காதல்

சந்திப்பதே அரிது
ஆனாலும்
இவரிருவரின் அன்பில்
மாற்றமேயில்லல
சேறும் செருப்பும்...

●

கைவண்ணம்

சீரற்ற கோபுரம்
அதற்கு ஆங்காங்கே வாசல்கள்
குழந்தைகள் கட்டிய கோயில்...

●

உயிர்த்தெழுதல்

அவனைக்
கொன்று புதைத்தாகிவிட்டதால்
இறந்ததாகவே நினைத்தார்கள்
அவர்களுக்குத் தெரியாது
அஃது அவனது சற்றே
நெடிய தூக்கமென
எழுதா நாட்கள்...

●

மகிழ்ந்திருத்தல்

வெறுங்கையை
வீசிக்கொண்டு சென்றாலும்
தனக்கேதோ கொண்டு வந்ததாகவே
நினைக்கிறது
தனக்கேதுமில்லை
என்றாகும் போது
ஏமாற்றத்தையே ஏமாற்றி விடுகின்றன
நாய்கள்...

●

இரகசியம்

சொல்ல முடியா வலிகள்
முயன்றும் மீளாத் துயரங்கள்
ஆறாய் ஆறா ரணங்களென
பயங்கரமாய்க் கனக்கிறது
மை தீர்ந்த பேனாவின்
எழுத்துக்களைத் தாங்கிய
வெற்று காகிதம்...

●

புதுமை

எது புதுமை?
எதிலுள்ளது புதுமை?
எதையுமே பழக்கப்பட விடாமல்
அதையே வழக்கமாக கொள்ளும்
இந்நொடியே புதுமை...

●

ஒரு கோப்பையிலே

பால் நினைவுகள் ஒரு படி
அதையளித்த
சர்க்கரை தேவதைகள் கால் படி
கசப்புக்காக
சில வலிகள் ஒரு சிட்டிகை
மிதமான சூட்டில்
மனதில் கொதிக்க வைத்து
மஞ்சள் மேகங்களை வானில் நிரப்பி
அந்திமாலை ஆதவனை
இருக்கச் சொல்லிவிட்டு
கொதித்து விட்ட தேநீரை
இறக்கி விட்டு வருகிறேன்
நண்பா
வா!!!
இளந்தென்றலோடு
ஒரு தேநீர் அருந்தலாம்
வெகு நாட்களாகிவிட்டது
என் மேஜை மீது
இரு தேனீர் கோப்பைகள் இருந்து...

●

மாயாதிருத்தலின் முக்கிய காரணம்

எவ்வுயிரும் தம்முயிர்
போல எண்ணி
அவ்வுயிருக்கும் உணர்வுகள்
உண்டென உரைத்து
அறிமுகமில்லா முகங்களுக்கும்
முகவரியறியா பெயர்களுக்கும்
அலாதி அன்பளிக்கும்
அவள் போன்ற தேவதைகள்
இல்லாது போயிருந்தால்
என் போன்ற பாதகர்கள்
என்றோ மாய்ந்திருப்போம்...

●

சிறைபடும் சிறை

சில தருணங்களைச்
சிறை செய்ய முயன்றேன்
அச்சில தருணங்களுக்கே
சிறைபட்டு கிடக்கிறேன்...

●

ஒரு துளி பேராசை

முன்பெல்லாம்
பிரச்சனையென்றால்
அழுது புலம்பியவன்
இன்று உறங்கிவிடுகிறான்
அந்த நிம்மதியான நித்திரை
நிரந்தரமாகிவிடும்
என்ற நம்பிக்கையில்...

●

ஏக்கத்தின் ஆழம்

கவலையின்றிக் கட்டிப்பிடித்துச்
சிறகுகளின்றி வானில் பறந்து
சுதந்திரமாய்ச் சுற்றித்திரிந்த
மழலையர் காலம்
முடிந்த பிறகுதான்
எத்தனை மாற்றங்கள்
வளர்ந்து விட்டோம்
மாறி விட்டோம்
மறந்தே விட்டோம்
கவலைகளிலிருந்தும்
கட்டிப்பிடிப்பதற்கு...

●

அதுவே நல்லது

எல்லா உயிரற்ற பொருட்களுள்ளும்
ஓர் உயிருள்ள உணர்வு
உரைக்கப்படாமலேயே
உறைந்திருக்கிறது...
அது உரைக்கப்படாமல்
இருப்பதனாலேயே
அது உயிரோடிருக்கிறது...

●

ஏன் அப்படி

விடைபெற்றுச் சென்றிருக்கலாம்
பாதச்சுவடுகளையாவது
விட்டுச் சென்றிருக்கலாம்
கல்நெஞ்சன்
நான் தேடி வரக்கூடாதென்றே
தொலைந்து போனாயோ...

●

அழகியல்

அவள்
என்னைத் தான் பார்த்துக்
கொண்டிருந்தாள் போலும்
அந்தவொரு நொடி
அவள் விழிகளை
எதர்ச்சியாய் பார்க்க நேர்ந்தது
அவள் கன்னம் சிவந்து
கன்னக்குழி தெரிய புன்னகைத்துப்
பின் நான்
கண்ணிமைத்துப்
பார்த்தால் காணாமலே போய்விட்டாள்...
அழகெனும் அத்தியாயத்தின் ஆரம்பமாய்...

●

மனதில் பட்டதெல்லாம்

வர்ணனைக்குட்படா வெறுமையை
நீங்கள் உணர்ந்ததுண்டா?
பேசத்துணிவிருந்தும் பேச்சுத்துணையிருந்தும்
வார்த்தைகளைத் தேடி
நீங்கள் தத்தளித்ததுண்டா?
மனதுக்கு நெருக்கமான பாடலையுங்கூட
நீங்கள் இரசிக்க மறந்ததுண்டா?
இரவுகளில் நீளும் உங்களின் நிழலுக்குள்ளே
விழுந்துவிடுவோம் என்று
நீங்கள் பயந்ததுண்டா?
உங்கள் ஆழ்மனதின் அரவமற்ற
அடிநாதங்களில் ஓலங்களை
நீங்கள் கேட்டதுண்டா?
ஊரை ஏமாற்றும் உன்னை உதறிவிட்டு,
உனக்குள்ளே உள்ள உன்னை
உற்று நோக்கினால்,
ஒளிந்து கொள்ளகூட இடமில்லாமல்
ஓரமாய் முடங்கி கிடக்கும்
உன்னை என்றாவது
நீங்கள் கவனித்ததுண்டா?...

●

சில நொடிகள்

கவிழ்த்தி வைக்கப்பட்ட
மண் கடிகாரத்தின்
கடைசி துகள்கள் மட்டும்
மிக மெதுவாக விழ வேண்டும் என்று
மனம் எப்போதுமே ஏங்குகிறது...

பேனா இரகசியம்

அடிக்கடி எழுதாததால்
காகிதப் பற்றாகுறை
வார்த்தைகளில் தடுமாற்றம்
எழுதுகோல் எடுத்துக் கொண்டு
காகிதத்தைப் பற்றிக் கொண்டு
வார்த்தை வேட்டைக்குக் கிளம்பினேன்
மனவனத்தினுள்ளே
எங்கு தேடியும் கிடைக்கவில்லை
வெறுங்கையோடும்
வெற்று காகிதத்தோடும்
வீடு திரும்பினேன்
ஆனால் எழுதுகோலை
காகிதத்தின் மீது
பதித்த போதெல்லாம்
வார்த்தைகள் வந்து விழுந்தது
வனத்திலிருந்தோ? வானிலிருந்தோ?
மனதிலிருந்தோ? அனலிலிருந்தோ?
யார் கண்டது?
அதை எழுதுகோல் மட்டும் அறியுமே...

●

பேராசை

மின்னல்கள் கொண்டு வானில் கிறுக்கிட ஆசை
வெண்ணிலவு உரைக்கும் கதைகளைக் கேட்க
ஆசை
இளந்தென்றலோடு தேநீர் அருந்திட ஆசை
விண்மீன்களை மண்ணிலே விதைத்துவிட ஆசை
மழை மேகங்களை மார்போடு அணைத்துவிட
ஆசை
பறவைகளின் உரையாடல்களைப் புரிந்துவிட
ஆசை
இதற்கும் அதற்கும் எதற்கும் ஆசை
எத்தனை எத்தனை ஆசை
அவையனைத்தும் நிறைவேறாது என்று
அறிந்துமே அதை கவிதையாய்த் தீட்டிவிட
ஆசை...

●

உன் பெயரே தெரியாது

அவள் பெயரை மட்டும்
நான் என்றுமே கேட்பதில்லை
பெயர் தெரிந்துவிட்டால்
பத்தி பத்தியாய்க் கூறப்படும்
வர்ணனைகள் அனைத்துமே
பத்து வார்த்தைகளுக்குள் அடங்கிவிடும்
என்பதனால்...

●

முதல் முறை

எத்தனையோ "முதல் முறை"களுக்குப்
பழகிவிட்ட இந்த மனதிற்கு
மிகவும் பரீட்சையமான
பழக்கப்பட்ட
பிரிவுகள் மட்டும் என்றுமே
முதல் முறையாகவே உள்ளது...

●

வானில் காணா அதிசயம்

அந்த வெண்மதியைத் தீண்டிடும்
கருமின்னல் கண்களைப்
பறிக்கத் தவறியதேயில்லை
நெற்றி மேலே ஒற்றை முடி...

●

எழுது

எழுது நித்தம் எழுது
விண்ணையும் மண்ணையும்
என்னையும் உன்னையும்
தூணையும் துரும்பையும்
கண்ணில் காணும் அனைத்தையுமே எழுது
அழகியலின் அர்த்தமுணர எழுது
காயங்களின் ஈரம் உலர எழுது
நாளும் மாயங்கள் நிகழ எழுது
நேற்று நீ தீட்டிய ஓவியங்காண எழுது
நேரத்தை நிறுத்தி வைக்கவும்
இவ்வுலகோடு உனதுயிரைத் தைக்கவும்
எழுது நித்தம் எழுது...

●

மைய(புள்)ளி

ஒரு சிறிய கூடு
இருந்தும் அதுவல்ல நிரந்தர வீடு
வானம் வெளுக்கும் முன்னே
உன் விடியல் தொடங்கிடுமே
உன் கீச்சொலிகளில்
கதிரவன் சோம்பல் முறித்திடுமே
தத்தித் தாவிக் கொத்தித் திரிந்து
களிவெண்பாக்களைப் பாடிப் பறந்து
விண்ணோடுமல்லாமல்
மண்ணோடுமல்லால்
இருவருக்கும் இடையிருந்து
உறவாடி உரையாடும்
சிட்டுக்குருவிகளே
அவையிரண்டையும் இணைக்கும் புள்ளி...

●

உயிர் உருவாக

நேரத்தை நிறுத்தி
பேரன்பை உருக்கி
வார்த்தைகள் பறித்து
வண்ண நினைவுகள் குழைத்து
கடிகார முள்ளொன்றை ஒடித்து
மையூற்றிக் கலந்து
காகிதத்தில் தீட்டப்படும்
கடிதத்தின் ஒவ்வொரு வார்த்தைகளுமே
ஓர் உயிர் சுமக்கும் காவியமே...

●

அவர்கள் வருகிறார்கள்

முடிவென்றே நினைத்திருந்தேன்
முதலாகியது
முற்றுப்புள்ளியென நினைத்திருந்தேன்
மெய் எழுத்தின் முதற்புள்ளியானது
கானல் நீரென்றே நினைத்திருந்தேன்
காட்டாற்று வெள்ளமானது
இறுதி பக்கமென நினைத்திருந்தேன்
இரண்டாம் பாகத்தின் முன்னுரையானது
அவர்கள் வருகிறார்கள்
வானிலிருந்தோ கடலிலிருந்தோ
எங்கிருந்தோ எப்படியோ
கனவிலுங்கூட கண்டிராத
ஒரு நிகழ்கால கனவை நிகழ வைக்க
அந்தங்களை ஆதியாக்கி
ஒரு முற்றற்ற முடிவிலி அந்தாதியை
அமைக்க வல்ல தேவதைகள் வருகிறார்கள்...

●

www.ingramcontent.com/pod-product-compliance
Lightning Source LLC
LaVergne TN
LVHW100837051026
849519LV00006B/2336